AF762666

INSIGHT PUBLICA®

INSIGHT PUBLICA®

Nadakkavu, Kozhikode, Kerala, 673011
Tel:0495–4020666
www.insightpublica.com
e-mail: insightpublica@gmail. com

Neela Moonga

Dona Mayoora

(Malayalam Poems)

First Edition: November 2019
Second Edition: January 2020

ISBN 978-81-943574-3-8
Printed and Published by
InsightinPublica Printers & Publishers Pvt Ltd.

നീല മൂങ്ങ

ഡോണ മയൂര

INSIGHT PUBLICA

സമർപ്പണം

മൗനത്തിലേക്ക്
വാക്കുകൾ കൊത്തിയിടീക്കുന്ന
കാകസമനിമിഷങ്ങൾക്ക്...

കവി, ചിത്രകാരി. തിരുവനന്തപുരം ജില്ലയിലെ ആറാംന്താനത്ത് ജനനം. കമ്പ്യൂട്ടർ സയൻസിൽ ബിരുദം. കുറച്ച് കാലം ഐ.ടി കൺസൾട്ടന്റ് ആയി ജോലി ചെയ്തു. ഇന്ത്യൻ ലിറ്ററേച്ചർ, മലയാളം ലിറ്റററി സർവ്വേ, സാഹിത്യലോകം എന്നിവിടങ്ങളിലും മറ്റ് ആനുകാലികങ്ങളിലും (ഭാഷാപോഷിണി, ദേശാഭിമാനി, മാധ്യമം, സമകാലക മലയാളം etc...), ഓൺലൈനിലും കവിതകൾ പ്രസിദ്ധീകരിച്ചിട്ടുണ്ട്. ഇൻസൈറ്റ് പബ്ലിക്ക പ്രസിദ്ധീകരിച്ച 'ഐസ് ക്യൂബുകൾ' ആദ്യ മലയാളകവിതാസമാഹാരം. ദൃശ്യകവിതാസമാഹാരങ്ങളായ 'ലിസണിങ്ങ് ടു റെഡ്'', 'എക്കോസ്'' എന്നിവ സ്വീഡനിൽ നിന്നും ടിംഗ്ലാസ്സെ എഡിഷൻസ് പ്രസിദ്ധീകരിച്ചു. 'ലാങ്ഗ്വജ്, ലൈൻസ് ആന്റ് പോയട്രി' 2019ൽ ടിംഗ്ലാസ്സെ പുറത്തിറക്കുന്നു. ഫ്രഞ്ച്, ജർമ്മൻ ഉൾപ്പെടെ എട്ട് ഭാഷകളിലേക്ക് കവിതകൾ പരിഭാഷപ്പെട്ടിട്ടുണ്ട്. പോണ്ടിച്ചേരി സർവ്വകലാശാലയുടെ മലയാളം സിലബസിൽ കവിത ഉൾപ്പെടുത്തിയിട്ടുണ്ട്. 1999 മുതൽ യു.എസ്സ്.എ-യിൽ പലനഗരങ്ങളിലായി പ്രവാസം.

പുരസ്കാരങ്ങൾ: കൈരളി യു.എസ്.എ അവാർഡ്-2019, സൂര്യ ട്രസ്റ്റ് പവിത്രഭൂമി പുരസ്കാരം-2012, തലശ്ശേരി രാഘവൻ സ്മാരക കവിതാപുരസ്കാരം-2011.

ദൃശ്യകവിതകളുടെയും ചിത്രങ്ങളുടെയും ഗ്രൂപ്പ് എക്സിബിഷൻ:-

2016:- Archaeological Park Scolacium, Calabria, Italy.

2017:- Barcelona, Spain.

2018:- Hungarian Academy, Rome, Italy. Museo Sociale, Danisinni, Italy. San Cataldo, Sicily, Italy. Ohio, U.S.A. Womens Asemic Writer exhibit (Spring, Summer and Winter).

2019:- Experimental Museum of Contemporary Art - MU.SP.A.C, L'Aquila, Italy. Evora, Portugal. Palermo, Italy. Lublin, Poland

വിലാസം:- ഡോണ മയൂര, മയൂര, ആറാംന്താനം, വാമനപുരം (പി.ഒ), തിരുവനന്തപുരം 695606.

ഫോൺ: 001-304-462-9872, 91-854-713-5029

ഇമെയിൽ:-break.my.silence@gmail.com

ഡോണ മയൂര

ഉള്ളടക്കം

മേതിലിന്റെ കത്തുകൾ 13

പ്രചോദനം 17

നിനക്ക് 18

കാറ്റേ... കാറ്റേ...കാറ്റേ... 19

വായനാന്തം ജീവിതം 20

തിരുത്തിയെഴുത്ത് 22

ചോനനുറുമ്പുകൾ ചുവക്കുന്ന നേരം 24

മഴത്തുള്ളിയേറ്റുവന്ന കത്ത് 26

രാഗമൽഹാറിലൂറുന്ന മേഘമോഹരാഗമേ... 28

ജലശിൽപ്പമായി തിരയുന്ന... 29

}{ 30

ശരൽക്കാലത്തെ മരങ്ങൾ 32

ഭൂപടത്തിനായി ദിക്കിലും ജലത്തിലും ഭ്രമിച്ച് 34

ഉപ്പാഴം 35

പര(രഹ)സ്യജീവിതങ്ങളുടെ മൈക്രോ തിരക്കവിത 36

പെൻസിൽ മുനകൊണ്ടുള്ള കുത്തെന്ന ഉപമയിൽ 38

അത് എന്ന നിലവിളി 41

ചിറകുകൾ 42

ഇലയും മറ്റുപമകളും 43

ഒരു സ്വപ്നം ഡിലീറ്റ് ചെയ്യുന്നു. 44

ഒൻപതാം സ്വർഗ്ഗം 46

ചുംബനശലഭങ്ങൾ 48

നീയല്ലാതെ മറ്റാരാണ് 49
നീ ആരാണെന്ന് ചോദിച്ചാൽ 50
കലാപ(പം)കാത(ത്തി)ൽ 52
കൊത്തിയൊരുക്ക് 53
പ്രതീക്ഷ. 54
ഉണങ്ങാത്ത ഭയത്തിന്റെ നിഴലിൽ... 55
ഗാലപ്പഗോസ്സിലെ ഉടുമ്പുകളേ... 56
തുന്നമ്പാടുന്നു, പാടട്ടെ? 57
നിന്നെയോർത്ത് മറ്റാരു നിറയും?! 58
തേരൊഴിഞ്ഞ അട്ട 60
ഇരുപത്തിനാലുമണിക്കൂർ കഴിഞ്ഞുള്ള സമയം 61
സുന്ദരകാണ്ഡം 62
ലേപനം 63
ബോ(ഓ)ർമ്മ 64
പെൻഗ്വിനുകൾ കവിത ചൊല്ലുമ്പോൾ 65
വളർത്തുമൃഗം 66
സ്വപ്നത്തിൽ നിന്നും സ്വാസ്ഥ്യത്തിലേക്ക് 68
മീൻജീവനം 69
കൂവൽ 70
ആ(വി)വർത്തനം 71
മുറിക്കുടിയ കവിത 72
മരിച്ച പോയി 74
സ്വാതന്ത്ര്യം 75
എനിക്ക് ചോളമണികളായ് പൊട്ടി വിടരാൻ കുറച്ച് പൊരിവെയിൽ തരൂ... 76
റൊമാന്റിസൈഡ് അഥവാ പ്രണയ മ...മ...മ...മരണം 79

ഹിമമൂങ്ങയെ പോലെ 80

ഇടമുറിയാതെ 81

നിനവ് 82

പ്രവാസം 83

നീലമൂങ്ങ 84

~~~~" 86

ചോന്ന്...ചോന്ന് 87

നിഴൽ, പക്ഷിയെപ്പോലെ... 88

ബോറേ... നീ എവിടെ? 90

മറക്കുന്നു 91

മാക്കമാരാ, മിസ്സ് മാക്കമാരാ... 92

ഇല്ല ഇല്ല എന്ന് ഇലകൾ 94

മഞ്ഞുമാലാഖ* 95

ചുഴിയിലും ചുഴലിയിലുമെന്ന പോലെ തിരയുന്നു 96

വിട്ടുപോയവർ വന്ന് പൂരിപ്പിക്കുന്നത്. 97

ഓറഞ്ചുകാരൻ 98

ഇനി നമ്മുക്ക് ബൂഗി വൂഗി കളിക്കാം. 101

നച്ചത്രങ്ങൾ 103

നന്ദിയുണ്ട്; നാണവും 104

നാല് പൂച്ച കവിതകൾ 105

ഒറ്റമുറി(വ്) 106

ഒരേനടയകലങ്ങളിൽ... 109

ഒറ്റമഴത്തുള്ളി 110

കവിത സംസാരവിഷയമാകുന്നു
(പൊതു ഇടത്തിലെ കവി) *കരുണാകരൻ* 111

ചെകിളപ്പൂക്കളിലെ അവസാന ജലശില്പം
ഡോ.സി.ആർ. പ്രസാദ് 116
~~~~

മേതിലിന്റെ കത്തുകൾ

1.

ഡോണാ, ചിക്കാഗോയിലെ ശൈത്യത്തിൽ എല്ലാ വാതിൽപ്പുറ ഉപരിതലങ്ങളും ഒരേ വെളുപ്പാകുന്നതിന്റെ മ്ലാനത മനസ്സിനെ അടിച്ചമർത്തിയ ദിവസങ്ങളിൽ എന്നെ വിളിക്കാൻ പോലും മടി തോന്നിയതിനെക്കുറിച്ച് നീ ഒരിക്കൽ പറഞ്ഞതോർക്കുന്നോ? പിന്നെ നീ വിളിച്ചപ്പോൾ, നിന്റെ സ്വരം സന്തുഷ്ടമായിരുന്നെങ്കിൽപ്പോലും, എനിക്കു ചില സമ്മിശ്രമായ പിന്നണിക്കാഴ്ചകൾ കിട്ടി. ചില പ്രതീതികൾ, ഓർമ്മകൾ. അദൃശ്യമായ മറ്റു നിറങ്ങളോട് ഓരോ നിറവും വ്യഗ്രമായി എന്തോ പറയാൻ ശ്രമിക്കുന്നതായി തോന്നി. വെയിലിൽ മഞ്ഞു മുഴുവൻ ഉരുകിപ്പോയിരുന്നെങ്കിൽ, ഒരു പക്ഷേ ഒരു ഡാഫ്നെ ദു മോറിയേയ്ക്കു മാത്രം സൃഷ്ടിക്കാൻ കഴിയുമായിരുന്ന അന്തരീക്ഷപ്പകർച്ചകൾ ഇരുവശത്തേക്കും മാടിയൊതുക്കിക്കൊണ്ട് നീ നടക്കുന്നതാവും ഞാൻ കാണുകയെന്നു തോന്നി. തുല്യ ശക്തമായൊരു ശൈത്യത്തിൽ ജലക്കുഴലുകൾ ഹിമഗർഭമായൊരു രാത്രിയിലാണ് മരണത്തിന്റെ ഉർവ്വരത സിൽവിയ പ്ലാത്തിനെ പ്രലോഭിപ്പിച്ചതെന്ന് ഓർത്തുപോയി. ഒടുവിൽ, ഇടതൂർന്ന വെളുപ്പിൽ ഒരു നീലക്കത്ത് കണ്ടു. അതു നിന്റെ നീല മൂങ്ങ, നീ! ഒരു പക്ഷേ ഈ വിചിത്ര അനുഭവം നിന്റെ തന്നെ രണ്ടു വരികളിലാവും കൃത്യമായി വിശേഷണം കണ്ടെത്തുക:

" പരിചയമുള്ളൊരാളുടെ
പരിചയപ്പെട്ടും മുന്നേയുള്ളൊരു ചിത്രം "

2.

ഒരിക്കൽ, പ്രതിമകളെക്കുറിച്ച് ഒരു ലേഖനം എഴുതുന്നതിന്നിടയിൽ, എനിക്കൊരു ചോദ്യം തോന്നി. മരിച്ചു കഴിഞ്ഞാൽ തന്റെ പ്രതിമ എവിടെയെങ്കിലും ഉയരുമെന്ന് ഉറപ്പിക്കാൻ കഴിയുന്നത്രയും മാതൃകാപരമായി ജീവിച്ചവരുടെ കൂട്ടത്തിൽപ്പോലും ആരെങ്കിലുമൊരാൾ ഒരു പ്രതിമയുടെ പദവിയിലുള്ള സ്വന്തം ചരമാനന്തര അസ്തിത്വത്തെപ്പറ്റി ചിന്തിച്ചിരിക്കുമോ? ഉവ്വ്, നെൽസൻ മണ്ടേലയുടെ മനസ്സിലൂടെ ആ വിഭാവനം ഒരു നർമ്മോക്തിയായി കടന്നു പോയിട്ടുണ്ട്. ലണ്ടനിലെ പ്രവാസത്തിന്നിടയിൽ, കൂട്ടുകാരനായ ഒലിവറോടൊപ്പം ഒരിടത്തൂടെ നടക്കുന്നതിന്നിടയിൽ, തന്റെ ബദ്ധശത്രുവായിരുന്ന ജനറൽ സ്മട്സിന്റെ പ്രതിമ കണ്ടപ്പോൾ രണ്ടു പേർക്കുമുണ്ടായ തോന്നൽ മണ്ടേല തന്നെ രേഖപ്പെടുത്തിയിട്ടുണ്ട്: "അതിന്റെ സ്ഥാനത്ത് ഒരു പക്ഷേ എന്നെങ്കിലുമൊരു ദിവസം ഞങ്ങളുടെ പ്രതിമ ഉണ്ടാവുമെന്ന് ഒലിവറും ഞാനും തമാശ പറഞ്ഞു". ഇത്രയും ദീർഘമായി ഓർക്കുന്നത് നിന്റെ 'കൊത്തിയൊരുക്ക്' എന്ന കവിത കണ്ടപ്പോൾ. ഇന്ത്യയുടെ പഴയ ക്രിക്കറ്റ് കളിക്കാരനായിരുന്ന ചന്ദ്രശേഖറുടെ ഏറിലെ സ്പിൻ പോലെ അപ്രതീക്ഷിതാമായൊരു തിരിവെടുത്ത് നീ എത്തുന്നത് ഓർക്കാപ്പുറത്ത്. ഒറ്റ നോട്ടത്തിൽ, എനിക്കു തോന്നിയ ചോദ്യത്തിനുള്ള എതിർചോദ്യമാണ് അതിലെ വ്യംഗ്യം (പ്രതിമയുടെ പദവിയിലുള്ള സ്വന്തം ചരമാനന്തര അസ്തിത്വം ആരാണ് കൊതിക്കാത്തത്!). പക്ഷേ, ഞാൽ പറഞ്ഞ സ്പിൻ മറ്റൊന്നിലേയ്ക്കാണ് -- പ്രതിമാപ്രതിഷ്ഠകളുടെ സാമൂഹിക അവലംബമായ ജനപ്രീതിയ്ക്ക് വിപരീതമായി വർത്തിക്കുന്ന ഒറ്റത്വത്തിലേക്ക്:

" ഓരോരുത്തരും അവരവരുടെ
ഏകാന്തത അവരെ
ഒറ്റ എന്നതിന്റെ ആഴത്തിൽ
അത്ര ഉയരത്തിൽ
സർപ്പമായോ ശിൽപ്പിയായോ
കൊത്തിവയ്ക്കുന്നതും
കാത്തിരിക്കുന്നു."

3.

നിന്റെ ഗാലപ്പഗോസിലെ ഉടുമ്പുകൾ പ്രണയത്തിൽ ചടയ്ക്കുന്നു, വിരഹത്തിൽ തടിയ്ക്കുന്നു! വരട്ടെ, ഒരു അമാന്ത വിളി (wait call)... ഡോണാ, എത്ര പതിവായിട്ടാണ് നീ ഡാർവിനെ

സന്ദർശിക്കുന്നത്! ഭൂമിയുടെ ജൈവ വൈവിധ്യം ആരോ കെട്ടഴിച്ചുവിട്ടാലെന്നതു പോലെ നിന്റെ വരികൾക്കിടയിൽ എന്തെല്ലാമോ വിടരുന്നു, ഓടുന്നു, ഇഴയുന്നു, പറക്കുന്നു, ചിലപ്പോൾ മഞ്ഞടുക്കുകളുടെ അന്തർഗതത്തിൽ നീയെന്നതു പോലെ നിഗൂഹനം പ്രാപിക്കുന്നു പക്ഷേ, ഒരു വിളംബരത്തോടെ:

"ആശ്ചര്യമെന്ന തീപ്പെട്ടിക്കൊള്ളികളുരച്ച്
എവിടെ തിരയണം,
നൈസർഗികതയെ മറികടക്കുകയെന്ന
സുപ്രധാനസിദ്ധാന്തം".

മിക്കവാറും ഏതു വരിക്കൾക്കിടയിലും ഇലകൾ, പൂവുകൾ, വേരുകൾ, ഓരോരോ ജീവികൾ. ഒരു ഒച്ചിന്റെയോ അട്ടയുടെയോ മേൽ ചവിട്ടാതെ നടക്കാനുള്ള പ്രയാസത്തിലൂടെ നിന്റെ തൊടിചുറ്റൽ. അതിനിടയിൽ ചിലപ്പോൾ ആർക്കും തുമ്പ് കിട്ടാത്ത വിധം നിന്റെ രണ്ടു പാദരക്ഷകളും വഴുതി തെറിച്ചു പോകുന്നു. ഇതൊരു സമര്ത്ഥവാക്യമല്ല. പല കവിതകളിലുമുണ്ട് നിന്റെയൊരു വഴുതിമാറൽ. ഫേസ് ബുക്ക് ആചാരമനുസരിച്ച് "ലൈക്ക് മി, ലൈക്ക് മി" എന്നടിവെച്ചു പോകുമ്പോൾപ്പോലും കാണാം പെട്ടെന്നൊരു വ്യതിയാനം, ചിലപ്പോൾ സ്വത്വത്തിൽനിന്നുതന്നെ തിരോധാനം. ഡാർവിനെ ഓർമ്മിക്കുന്നതിന്നിടയിൽ നിന്നെ ഓർമ്മിപ്പിക്കട്ടെ. ഇതാണ് കവിതയുടെ അതിജീവനമന്ത്രം, തന്നെത്തന്നെ അതിജീവിക്കാനുള്ള തന്ത്രം.

4.

വരമൊഴിയുടെ സാധ്യതകളിലൂടെ മാത്രം ചരിക്കുന്ന ഞാൻ വളരെ കൌതുകത്തോടെയാണ് നിന്റെ വാമൊഴിത്തിരിവുകൾ ശ്രദ്ധിച്ചത്. പ്രത്യേകിച്ചും എടുത്തുപറയാനുള്ളത് അമേരിക്കയുടെ ഇടപെടലുകളെക്കുറിച്ചുള്ള കവിതയാണ്, 'ഓറഞ്ചുകാരൻ'.

"നിങ്ങ നിങ്ങടെ ആളോളെ
തല്ല്യേ കൊല്ല്യേ തൊഴിക്ക്യേ
വെടിവെച്ചോ കുഴിച്ചിട്ടോ
തൂക്കികൊല്ല്യേ ഒക്കെ ചെയ്തോ
നമ്മ ചെർത്തായിട്ട്
വളരെ ചെർത്തായിട്ടേ
(ഏയ് ചെർത്താവ്യേ!!) എടപെട്ടു..."

എനിക്കിഷ്ടപ്പെട്ടു, ഡോണാ, വളരെ ഇഷ്ടപ്പെട്ടു. പ്രത്യക്ഷമായും വാമൊഴി അല്ലാത്ത കവിതകളിൽപ്പോലും വാമൊഴി വാക്കുകളുടെ തലം വിട്ട് നിന്റെ വിചാരരീതിതന്നെയായി മാറുന്ന കവിതകൾ എത്രയെണ്ണം! ഇതത്ര സാധാരണമല്ല. നിനക്ക് വളരെ സാധ്യതകളുള്ള ഒരിടത്തിലാണ് ഇവിടെ നീ. ക്കൂട്ടത്തിൽ പറയട്ടെ, ഇതിനു സമാന്തരമായാണ് നിന്റെ പെൺമൊഴി ചിലരുടെ പ്രത്യയവും ശാസ്ത്രവും നഷ്ടപ്പെട്ട ഫെമിനിസ്റ്റ് ചേഷ്ടകൾക്കപ്പുറത്ത് ഒരു വിമോചിതയുടെ പദവിയിലേക്ക് നിന്നെ നയിക്കുന്നത്.

5.

നിന്റെ 'മാക്കുമാര, മിസ് മാക്കുമാര' ആശയക്കുഴപ്പം സൃഷ്ടിക്കുന്നു. ആരാണ് ഈ മാക്കുമാര? വിക്കിപീഡിയ സന്ദർശിച്ച് ആ പേരുള്ളവരുടെ പട്ടിക മുഴുവൻ പരിശോധിച്ച് ഒരു നിഗമനത്തിലെത്തുന്നതിൽ താത്പര്യം തോന്നുന്നില്ല. പക്ഷേ, നിന്റെ ഈ വരികൾ....

"മാക്കുമാരാ, മിസ്സ് മാക്കുമാരാ...
നിന്റെ പേരു കൊത്തിയ
മാർബിൾ ഫലകത്തിന്മേൽ
ഇരിക്കുന്ന മൂങ്ങ
എന്റെ കണ്ണുകളിലേക്ക്
ചൂഴ്ന്ന് ചൂഴ്ന്ന് നോക്കുന്നു".

ഈ വരികൾ ഓർമ്മിപ്പിച്ചത് പെഗ്ഗി മാക്കുമാരയെ. അവർ ചിക്കാഗോയിലെ ഫീൽഡ് മ്യൂസിയത്തിലായതുകൊണ്ടും, അവരുടെ വന്യജീവിത ജലച്ഛായ ചിത്രപരമ്പരയിൽ ഒരു കൂട്ടം മൂങ്ങകൾ ഉള്ളതുകൊണ്ടും മാത്രമല്ല. മാക്കുമാരയുടെ പക്ഷികളുടെ ദേശാടനമെന്നതുപോലെ, മൂങ്ങയും മറ്റു പക്ഷികളും നിറഞ്ഞ നിന്റെ കവിതകളും ചിക്കാഗോയുടെ ആകാശരേഖയിൽ വിലയിക്കുന്നത് സങ്കൽപ്പിക്കുന്നതിലെ സുഖം എന്തിനേക്കാളും മുന്നിൽ. ഒരു ഉപസംഹാരമായി അതങ്ങനെ മനസ്സിൽ തങ്ങി നിൽക്കട്ടെ.

കുറിപ്പ്: മേതിൽ പലപ്പോഴായി എനിക്കയച്ച സ്വകാര്യക്കത്തുകളിൽ എന്റെ കവിതകളുമായി ബന്ധപ്പെട്ട ഭാഗങ്ങളാണ് മേതിലിന്റെ അനുവാദത്തോടെ ഇവിടെ ചേർത്തിട്ടുള്ളത്. -ഡോണ മയൂര

പ്രചോദനം

കല്ലേട് തുമ്പീ
കല്ലേട് തുമ്പീ
എന്നാർത്തുവിളിക്കുന്ന
കുട്ടികൾ
കല്ലിൽ മുത്തമിട്ട് പറക്കുന്ന
ശലഭത്തെ കണ്ടു.

കല്ലേട് തുമ്പീ
കന്മദം കണ്ടെട് തുമ്പീ
എന്നവർ
തിരുത്തി ചൊല്ലി.

തുമ്പി
ഭൂമിയെ
എടുത്തു പൊക്കി!

നിനക്ക്

അടുത്ത നിമിഷത്തിൽ
മറന്നു(ഞ്ഞു)പോയേക്കാവുന്ന
വരികളിലും
എന്റെ ഭ്രാന്തിന്റെ
വിളികേൾക്കുന്ന, നിനക്ക്.

നിനക്ക് ഭ്രാന്തുണ്ട്
നിനക്ക് ഭ്രാന്തില്ല,
നിനക്ക് ഭ്രാന്തുണ്ട്
നിനക്ക് ഭ്രാന്തില്ല'
എന്നാവർത്തിച്ചെന്റെ
ഭ്രാന്തിന്റെ ഇതളുകൾ
നുള്ളിനുള്ളി
കൂട്ടിരിക്കുന്ന,
നിനക്ക്.

ഒടുവിൽ
പോട്ട് പുല്ലെന്നുപറഞ്ഞ്
കെട്ടിപ്പിടിച്ച്,
വാരിയെല്ലുകളുരസ്സി
കരൾക്കാട്ടുതീപടർത്തി
വാക്കുകളുമ്മയും
വരികളാലിംഗനവുമാക്കുന്ന
നിനക്ക്; കവിതയ്ക്ക്.

കാറ്റേ... കാറ്റേ...കാറ്റേ...

കാറ്റടിച്ചതുകൊണ്ട്
ഒരു ശലഭവും
പൂവിൽ നിന്ന്
പറന്നു പോയിട്ടില്ല.

ചിറകടിച്ചതുകൊണ്ട്
ഒരു പൂവിന്റെയും
ഇതളുകൾ
കൊഴിഞ്ഞു പോയിട്ടില്ല.

ചൂരൽ വീശുന്ന കാറ്റേ...
ലാത്തി വീശുന്ന കാറ്റേ..

കത്തിയെടുക്കുന്ന കാറ്റേ..
തോക്ക് ചൂണ്ടുന്ന കാറ്റേ...

ജാതി ചോദിക്കുന്ന കാറ്റേ...
മദം പൊട്ടുന്ന കാറ്റേ...

കാറ്റേ...കാറ്റേ...കാറ്റേ...
ഫാസിസത്തിന്റെ കാറ്റേ...

ഈ പൂക്കളിറുക്കാൻ
ഞരമ്പുമുറിച്ച് കടന്നു വരണം!

വായനാന്തം ജീവിതം

വായിച്ചുവായിച്ചിരുന്ന്
പറന്നുപറന്നു പോയി
വേനൽക്കാലങ്ങൾ.

സ്കൂൾ തുറന്നിട്ടും
വായിച്ചിരുന്ന മുറികളിൽ
നമ്മൾ പതുങ്ങിയിരുന്നു,

ചില കഥകളും കവിതകളും
നമുക്ക് പകരം
സ്കൂളിൽ പോയി.

അപൂർവ്വം ചില
കഥകളും കവിതകളും
നമ്മുടെ അനക്കം
തട്ടുന്നുണ്ടോന്നുനോക്കി
പാത്തുപതുങ്ങി
മുറികളിൽ നിന്നു,

ശ്രദ്ധിക്കുന്നില്ലെന്നുകണ്ട്
അവയിൽ ചിലത്
കുറുകെ ചാടി.

കണ്ടില്ലെന്ന്
കണ്ണടച്ചപ്പോൾ
നാവുപൊള്ളിയ
കരച്ചിൽ കേട്ടു.

എന്നിട്ടും ചിലത്
നമ്മളെ കണ്ടുപിടിച്ചു
എന്നെയുമെന്നെയുമെന്ന്

തിക്കിത്തിരക്കിവന്ന് നമ്മിൽ
പരകായം ചെയ്തു.
വായിക്കുന്നവരെ പറ്റി
കഥകൾക്കും
കവിതകൾക്കുമൊക്കെ
എന്തറിയാം.

പൂമ്പാറ്റകളുടെ ചിറക്
പിച്ചിയെടുത്തുശീലിച്ചൊരാൾ
കാഫ്കയെ വായിച്ചിട്ട്
മഞ്ഞപ്പാപ്പാത്തിയെന്ന് കരുതി
പുലിയെ പിടിച്ച കഥ
മെറ്റമോർഫസിസിന്
അറിയുമോ.

പൂമ്പാറ്റകളിൽ
അയാളുടെ മുരൾച്ച
അടയാളപ്പെട്ടതുപോലെ
ആദ്യമായൊരു പൂമ്പാറ്റയുടെ
മുരൾച്ചകേട്ടയാളെന്ന്
ആരും അയാളെ
അടയാളപ്പെടുത്തിയിട്ടില്ല.

വായനയ്ക്ക് ശേഷമുള്ള
കഥകൾ അറിയുന്ന
ഞങ്ങളിൽ ചിലർ
രാത്രി പാറ്റയും
പകൽ പൂമ്പാറ്റയുമെന്ന
കവിതയായി.

സാഹിത്യലോകം കവിതപ്പതിപ്പ്

തിരുത്തിയെഴുത്ത്

വളർന്ന മണ്ണിന്റെ
വെടിപ്പിൽ
തളം കെട്ടിയുറഞ്ഞ
ഉയിരിലേക്ക് വാർന്ന്
പടർന്നു ഭാരിക്കും
കട്ട ചോരയ്ക്കുമേൽ

ഭരിക്കും ഭരണകൂടത്തിൻ
ഭാരിച്ച കൂടം
കൊണ്ടടിച്ചാഴ്ത്തും
നിയമത്തിനു മുന്നിൽ
വേനലുപോലുണങ്ങിവറ്റും
മഴയെങ്കിലും

മിഴിയുണങ്ങാതുറങ്ങാതെ
നനവുവാർക്കും മണ്ണിന്റെ
നാവിൻ പശിമയിലൊട്ടി
ഒട്ടിയവയറിന്റെ ഉറപ്പിൻ
പേശിമേലുയർന്നു
തലയുയർത്തി നിൽക്കും

ആദിവാസികളെന്ന്
മുദ്രണം ചെയ്ത
വാക്കിൽ മുത്തി മുത്തങ്ങ
മൂന്നു സെന്റിന്റെയരിപ്പയിൽ
അരിച്ചൊഴിച്ചെറിയാൻ
വിസമ്മതിച്ചരിപ്പ

നിലനിൽപ്പിന്നായ്
പിന്നെയും പലയിടങ്ങളിൽ
വിളയിടങ്ങളിലെ

പന്തലുപോലുയരുന്ന
സമരപന്തലുകൾ

മധുരം കുറുക്കിക്കുറുക്കി
കരിച്ചീടുന്നവർ
കുറുകി പറഞ്ഞിടാം
കാഞ്ഞിരം
കാണമതേ കയ്പ്പെന്ന്,
ഐക്യദാർഢ്യമേകുമ്പോൾ
ധാർഷ്ട്യമെന്ന്
അർത്ഥവും മാറ്റീടാം.

എന്നാകിലുമെന്ത്
സർക്കാർ മറന്നു പോകുന്ന
ജനാധിപത്യം
ജനങ്ങൾ തിരിച്ചറിഞ്ഞ്
തിരുത്തിയെഴുതിക്കും.

കർഷക തൊഴിലാളി മാസിക

ചോനനുറുമ്പുകൾ ചുവക്കുന്ന നേരം

മൂട്ടൻ വണ്ടുകൾ മൂളിപ്പറന്നു വന്ന്
ജീവൻ കുത്തിയെടുത്തെറിയുന്നതുകണ്ടു
ജീവഭയവുമായി ഓടുന്നതിനിടയിൽ
പൂന്തോട്ടങ്ങളിൽ പൂമ്പാറ്റകൾ
പറന്നിറങ്ങുന്നതിനെ പറ്റി
വർണ്ണിക്കുന്നവരേ...

പൂമ്പാറ്റകളുടെ ചിറകുകളിലെ
വർണ്ണപ്പൊലിമ കാറ്റേറ്റും
വെയിലേറ്റും മങ്ങിപ്പോയെന്ന്
വിലപിക്കുന്നവരേ...

ഒലീവിലകൾക്കൊപ്പം മനുഷ്യരും
പൊടുന്നനെ ചിതറി ചുവക്കുകയും
ഉണങ്ങി തവിട്ട് നിറത്തിലേക്ക്
മറഞ്ഞു പോവുകയും ചെയ്യുന്നത്
കണ്ടുകണ്ടിരിക്കുമ്പോൾ

രണ്ടുനിറങ്ങൾ കൂട്ടിച്ചേർത്താൽ
മൂന്നാമത്തേതൊന്നുണ്ടാവുമെന്നത്
വർണ്ണമേളനങ്ങളിലുള്ളതാണെന്ന്
പറഞ്ഞൊഴിയരുതേ...

വീടുകളിൽ, വീട്ടുമുറ്റങ്ങളിൽ
ആശുപത്രികളിൽ, സ്കൂളുകളിൽ
വീണു ചിതറിയ ബോംബിന്റെ
ചോരക്കറയുണങ്ങിയ ചെറുതുണ്ടുകൾ
ഉറുമ്പിൻകൂട്ടങ്ങൾ
പെറുക്കിയെടുത്തുകൊണ്ടു പോകുമ്പോൾ

തോക്കും വെടിയുണ്ടയും
വെടിയുണ്ടയും തോക്കുമെന്ന
താളത്തിനൊപ്പം ബൂട്ടുകൾ
നിരത്തുകളിലൂടെ പായുമ്പോൾ

അവയെക്കാളുമേറെയുച്ചത്തിൽ
ബോംബുകൾ പൊട്ടുന്നയൊച്ചകൾ
കേട്ട് മരവിക്കുമ്പോൾ

മനസ്സെന്ന ആയുധവും
ശരീരമെന്ന കവചവും പേറി
അവർക്ക് വേണ്ടി കൈകോർത്ത്
രക്ഷാകവചമൊരുക്കുന്നു.

ഉറുമ്പുകടിക്കാതെ സൂക്ഷിച്ച് വളർത്തുന്ന
കുട്ടികളുടെ ഡി.എൻ.എ
ഇനിയൊരുറുമ്പിൻക്കൂട്ടങ്ങളും
തൊടാനിടവരരുത്, കൊണ്ടു പോകരുത്!

ദേശാഭിമാനി

മഴത്തുള്ളിയേറ്റുവന്ന കത്ത്

യുദ്ധഭൂമിയിലെ മഴകൊള്ളിച്ച്
സുഹൃത്ത് കത്തയച്ചിരിക്കുന്നു.

വരികൾക്കിടയിൽ വാക്കുകൾ
മഴത്തുള്ളികൾ വീണു
പൊള്ളിപ്പോയിരിക്കുന്നു.

തീമഴയേറ്റു
പൊള്ളിയടർന്നുപോയ് വാക്കുകൾ
കണ്ണുനീർത്തുള്ളികൊണ്ടവ
അടയ്ക്കാൻ ശ്രമിക്കരുതേ...
എന്നെഴുതിയിരിക്കുന്നു!

സമാധാനത്തിന്റെ
തീവ്രതയറിഞ്ഞവർ
വെള്ളക്കോടി പുതച്ച്
വരികൾക്കിടയിലുറങ്ങുന്നു.

ചുവന്ന നൂലുകൊണ്ടു
കത്തിനൊട്ടുവിൽ തുന്നിപ്പിടിപ്പിച്ച
വെള്ളക്കൊടിയിൽ
വരച്ചു ചേർത്തിരിക്കുന്ന
കൺപീലികൾ നനയുന്നു,
മെല്ലെയവ തുറക്കുന്നു.

തീമഴയേറ്റ് എത്തിയ
കത്തുപോലെയതാ
രണ്ടുതുള്ളികൾ
അവയ്ക്കുള്ളിലും!

വെയിലത്തേക്ക് ഉയർത്തിപ്പിടിച്ച്
ഞാനവയെ
ഉണക്കിയെടുക്കാൻ ശ്രമിക്കുന്നു.

മഴയേറ്റ വാക്കുകളിലൂടെ
എത്തിനോക്കുന്ന
വെയിലേറ്റ് നനഞ്ഞ്
പൊടുന്നനെ ഞാൻ മരിച്ചുപോയി.

ഗൾഫ് ഫോക്കസ്

രാഗമൽഹാറിലൂറുന്ന മേഘമോഹരാഗമേ...

കിളിക്കൂടുപോലെ ആകൃതിയുള്ള
മേഘങ്ങളുടെ വികൃതിയിൽ നിന്നൊഴിഞ്ഞും
വൃക്ഷത്തലപ്പുപോലുള്ളവയിൽ
ചേക്കേറാൻ കൊതിച്ചും
പറന്നേറുമ്പോൾ കണ്ട കാറ്റിനെ
ചിറകിലൊളിപ്പിച്ച് കടത്താൻ ശ്രമിച്ചതാണ്,
ചോരയൊട്ടിയ ചിറകിൽ
കുടുങ്ങിക്കിടക്കുന്നു കാറ്റിന്റെ ഹുങ്കാരം.

ഇല്ലായ്മ ജീവന്റെ ഉടലെടുക്കുമ്പോൾ
ഉള്ളിലുടലെടുക്കുന്ന അതിജീവനം
എഴുതി മുളപ്പിച്ച ചിറകാണ്,
അതിലൂറിയിറ്റുന്ന ചോരത്തുള്ളികൾ
ചിറക് ഉള്ളായ്മയാണെന്ന്
വിശ്വസിപ്പിക്കുന്നു;അതിജീവിപ്പിക്കുന്നു,
ജീവനതിന്മേലേറുന്ന
ചോരനിറമാണ്,നിറവാണ്!

മാധ്യമം

ജലശിൽപ്പമായി തിരയുന്നു...

ജീവിതമേ...
നിന്നിലേക്കുള്ള വഴിതെറ്റി
ഭൂമിയിലേക്ക് വീണു പോയ
മത്സ്യമാണ് ആകാശം.

ചെകിളപ്പൂക്കളിലെ
അവസാനശ്വാസം കൊണ്ട്
പണിത ജലശിൽപ്പം, കടൽ.

മണൽത്തരികളിൽ ഇപ്പോഴും
ആർത്തഭരിതമായി തിരഞ്ഞ്
മുള്ളേറ്റ് മടങ്ങുന്നത്
മറ്റൊന്നുംകൊണ്ടല്ല,
മറ്റൊന്നിനുമായും അല്ല!

തോർച്ച

}{

പരസ്പരം ഉമ്മവച്ചുണക്കാൻ ശ്രമിക്കുന്ന
മുറികൂടാത്ത മുറിവുകൾ,
വിലക്കപ്പെട്ട കനിയിൽ നിന്നും മുറിച്ച് വച്ച
രണ്ട് കഷ്ണങ്ങൾ, ചുണ്ടുകൾ.

ഉമ്മ വയ്ക്കാൻ
ഒഴിവുള്ള മുറികൾ തേടി
ഈ മുറിവുകൾ അലയുന്നില്ല.

അവയ്ക്ക് പാർക്കോ ബീച്ചോ,
റെസ്റ്റോറന്റിൽ നിന്നും
ചായയോ സർബത്തോ
ഐസ്ക്രീമോ വേണ്ട,
എന്തിന് ചുണ്ടുകൾ പോലും വേണ്ട.

അവരെ പേറുന്ന ഉടലുകളിൽ
സ്നേഹം അടയിരുന്ന
വിരിയിക്കുന്ന ഉമ്മപ്പൂക്കൾ
നിരന്തരം പൂത്തുലയുന്നതിനാലാണ്
കൈകോർക്കുമ്പോൾ
കൈത്തലങ്ങൾ
പരസ്പരം കെട്ടിപ്പിടിക്കുന്നത്,
ഉമ്മവയ്ക്കുന്നത്.

വിരലുകളും കണ്ണുകളും
എന്തിന് വാക്കുകൾ പോലും
പരിസരം മറന്ന്
പരസ്പരം ഉമ്മവയ്ക്കുന്നു.

അകലമേറ്റുന്ന കാഴ്ച്ചകളുടെ അഭാവത്തിൽ
ഓർമ്മകളെ പോലും
കെട്ടിപ്പിടിച്ചുമ്മവയ്ക്കുന്നതും.

ഉമ്മപ്പേടികളെ
ഇങ്ങനെ എത്ര രീതികളിലാണ്
ഓരോ നിമിഷങ്ങളും റദ്ദാക്കുന്നത്.

ശരൽക്കാലത്തെ മരങ്ങൾ

ഇലകളും പൂക്കളും
മഞ്ഞയെന്ന് ധ്വനിപ്പിക്കും
ഇലയേത് പൂവേതെന്ന്
അറിയിക്കാതെ ഭ്രമിപ്പിക്കും.

തൃശ്ശൂർപൂരത്തിനു
കുടമാറ്റമെന്നതു പോലെ
ചില്ലമേൽ ഇലകളിൽ
നിറങ്ങളെഴുന്നിടും.

പലനിറങ്ങളിൽ
ചുറ്റിലുമിലകളാൽ
പുഷ്പവൃഷ്ടിനടത്തി,
നഗ്നരായ് ഒടുവിൽ
നിങ്ങൾക്കു മുന്നിൽ
നിരന്നീടും.

ഭ്രാന്തരെന്നന്നേരം
വാക്കെറിയും
മൃതപ്രായരന്നന്നേരം
കണ്ണെറിയും
മൃതശൈത്യമേറ്റു
മരിച്ചുപോയിവരെന്ന്
തീരെഴുതി, നിങ്ങൾ
തീകായുവാനിരുന്നീടും!

ഹിമകമ്പളം
പുതച്ചുറങ്ങിയുമുണർന്നും,
ചില്ലയോട് ചില്ലചേർന്ന്
ഉയിരുകാഞ്ഞും,
കൊടിയശൈത്യങ്ങളെ

അതിജീവിച്ചും,
ഉയിർക്കുമന്നേരം
ശരൽക്കാലത്തെമരങ്ങൾ;
കവികൾ,കവയിത്രികൾ
ളുതുകളാൽ മരണമില്ലാത്തവർ!

ഭൂപടത്തിനായി ദിക്കിലും ജലത്തിലും ഭ്രമിച്ച്

ഞാനെന്ന പുരാതനമായ
കപ്പൽച്ചേതത്തിന്റെ
രഹസ്യമൊഴിയേ...

'നിന്നെ ഞാൻ സങ്കടപ്പെടുത്തി'
എന്നെഴുതിയ ടീ-ഷർട്ടിട്ട കാറ്റിന്റെ തേരിൽ
അലകൾ പോലെ ഇതളനക്കമുള്ളൊരു
കടൽപ്പൂവ് കൊടുത്തയക്കുന്നു.

എന്റെ തെറ്റുകൾ മാപ്പാക്കി
തിരിച്ച് കൊടുത്തു വിടണേ...

ഏതോ കാർട്ടൂൺ കഥാപാത്രത്തിന്റെ
തലയ്ക്കു മുകളിൽ പ്രത്യക്ഷപ്പെടുന്ന
'സ്പീച്ച് ബബിളി'നുള്ളിലെ
ബൾബ് കത്തുന്നതു പോലെ
കരയിലേക്കുള്ള ഭൂപടം
ഞാനതിൽ നിന്നും വീണ്ടെടുത്തുകൊള്ളാം!

സമകാലിക മലയാളം

ഉപ്പാഴം

നിദ്രകടഞ്ഞെടുത്ത സ്വപ്നം
പുള്ളിക്കുത്തുള്ള പുതപ്പിനുള്ളിൽ
ഭദ്രമായൊളിപ്പിച്ച
ചുണ്ടിലൊരുതുണ്ട് മേഘം
മഴയായി പെയ്തു,
കടലാഴം തീർത്തു.

അധരങ്ങൾക്കിടയിൽ
ഇരമ്പുന്ന തിരയിൽ
നാവ് വാക്ക് തിരയുന്നു.

വക്കിൽ,
വാക്കിന്റെ ഉപ്പലിയിക്കുന്ന പകൽ
ഉപ്പാഴങ്ങളിൽ കൺമിഴിക്കുന്നു.

ചിന്ത.കോം

പര(രഹ)സ്യജീവിതങ്ങളുടെ മൈക്രോ തിരക്കവിത

സീൻ 1

പെൺസ്വരം പാടുന്നു:
മജ്ജജ്യൂള്ളിൽ നിന്നൊരു വിത്ത്
എല്ലു തുളച്ച് വരുന്നതു കണ്ടോ
മുളച്ച് തഴച്ച് വളരുന്നതു കണ്ടോ
മിഴികൾ രണ്ടും വിടർത്തുന്നതു കണ്ടോ
കണ്ടോ കണ്ടോ കണ്ടില്ലേ ...

സീൻ 2

ഫ്ലാറ്റ് സ്ക്രീൻ ടിവികളുടെ മുന്നിൽ
ജീവിതം ടെലികാസ്റ്റ് ചെയ്യുന്ന
ചാനലുകൾ തിരയുന്നവരുടെ കൂട്ടം.

സീൻ 3

മൈക്രോ സീരിയൽ
ഋതുഭേദങ്ങൾ തുടങ്ങുന്നു.

സീൻ 3.1

ആറ് സെക്കന്റിൽ
പൂർണവസ്ത്രധാരിയിൽ
നിന്നും വിവസ്ത്രയിലേക്ക്
ഋതുഭേദങ്ങളുടെ കാലപ്പകർച്ച!

സീൻ 4

പരസ്യം

സീൻ 4.1

പരസ്യജീവിതങ്ങളിൽ
രഹസ്യമോഹങ്ങളുടെ
ഒളിസങ്കേതങ്ങൾ
തേടുന്നവരുടെ സപര്യ.

സീൻ 4.2

പരസ്യരഹിതമായൊരു
ജീവിതമെന്ന രഹസ്യമോഹവുമായി
പരസ്യജീവിതങ്ങളലയുന്നു.

കട്ട് റ്റു സീൻ 2

സ്വപ്നമെന്ന സ്പോൺസറെ
കിട്ടാത്തതിനാൽ
ജീവിതം തുടരാൻ കഴിയാത്തതിൽ
ഖേദിക്കുന്നുവെന്ന സന്ദേശം
എഴുതികാണിക്കുന്ന ചാനലുകളുടെ മുന്നിൽ
മരണം കൊണ്ട് ജീവിതത്തിന്റെ
കൊളാഷ് തീർക്കുന്നവർ.

കട്ട് റ്റു സീൻ 1

പെൺസ്വരം പാടുന്നു:
മജ്ജയ്ക്കുള്ളിൽ നിന്നൊരു വിത്ത്
എല്ലു തുളച്ച് വരുന്നതും കണ്ടു
മുളച്ച് തഴച്ച് വളരുന്നതും കണ്ടു
മിഴികൾ രണ്ടും വിടർത്തുന്നതും കണ്ടു
മിഴികൾ രണ്ടും പൂട്ടുന്നതും കണ്ടു
കണ്ടോ കണ്ടോ കണ്ടില്ലേ ...
കണ്ടോ കണ്ടോ കണ്ടില്ലേ ...
കണ്ടോ കണ്ടോ കണ്ടില്ലേ ...

ദേശാഭിമാനി

പെൻസിൽ മുനകൊണ്ടുള്ള കുത്തെന്ന ഉപമയിൽ

പോലീസ്: 'മ്യാവൂ സേ തൂം...'
കള്ളൻ: 'മാവോ സേതുങ്...'
പോലീസ്: 'മ്യാവൂ സേ തൂം...'
കള്ളൻ: 'മാവോ സേതുങ്...'

കള്ളനും പോലീസും കളി
അന്നേരം മൂർച്ഛിക്കും.

ലാത്തികൊണ്ടുരുട്ടുന്നെന്നപോലെ
പോലീസ് കണ്ണുകളുരുട്ടും,
കള്ളനന്നേരവും മാവോ സേതുങ്
എന്ന് ആവർത്തിക്കും.

മൂന്നാംമുറയെന്ന് ധ്വനിപ്പിച്ച്
പെൻസിൽ മുനകൊണ്ട്
പച്ചിച്ച ഞരമ്പുകളിൽ കുത്തി
കമ്മ്യൂണിസ്റ്റ് പച്ചയുടെ
തണ്ടുപോലെന്തെടോ
എന്ന് കളിയാക്കും.

ബെഞ്ചിൽ നിന്നിറങ്ങി
കള്ളനൊരൊറ്റയോട്ടമോട്ടം
സ്കൂൾവളപ്പിലേക്ക്,
പോലീസ് പുറകെയും.

വളപ്പിലെ
ചെമ്പരത്തികളിൽ നിന്നും
പൂവുകൾ പിച്ചിയെടുത്ത്
കശക്കിപ്പിഴിഞ്ഞ്
കൈത്തണ്ടമേൽ തേച്ച് പിടിപ്പിച്ച്

കള്ളൻ പോലീസിനു നേരെ തിരിയും.

ഞെക്കിപ്പിഴിയലിൽ നീലിച്ച് നീലിച്ച്
പച്ചഞരമ്പുകൾ നീലിച്ച് പോയാലും
ചോർന്നു തീരാത്ത ചോരതൻ
ചോപ്പാണെടാ ചെഞ്ചോപ്പാണെടാ
നീയതു കാണെടാ...
എന്ന് നീട്ടി പാടും.

പച്ചഞരമ്പുകളിൽ
നിന്നൊരുഞെട്ടും ഞെട്ടറ്റുവീഴാതെ
ചേർത്തുപിടിച്ചിട്ടും
ചോപ്പാണെടാ ചെഞ്ചോപ്പാണെടാ
നീയതും കാണെടാ...
എന്ന് വീണ്ടും പാടും.

പാട്ടേറ്റുപാടി പാടി
ലാത്തിയാക്കി പിടിച്ചിരുന്ന
പെൻസിൽ വലിച്ചെറിഞ്ഞ്
പോലീസും കൂട്ട് ചേരുമ്പോൾ
ഉച്ചകഴിഞ്ഞ് ക്ലാസ്സിൽ കയറാൻ
ബെല്ലടിച്ചിട്ടുണ്ടാവും.

മ്യാവൂ...മ്യാവൂ...
കക്കയം*[1] കപ്പി
മ്യാവൂ...മ്യാവൂ...
മീശമിനുക്കിയ പൂച്ചകൾ
മ്യാവൂ...മ്യാവൂ...പാടാൻ മറന്ന്,
കക്കയം കക്കി
മീശവടിച്ച്
മിയാ കൽപ**[2] പാടുന്ന

1 *കക്കയം ക്യാമ്പ്.

2 **Mea Culpa - എന്റെ പിഴ. ലത്തീനിൽ Mea Culpa, Mea Culpa, Mea Maxima Culpa (എന്റെ പിഴ, എന്റെ പിഴ, എന്റെ വലിയ പിഴ) എന്നാണ് പൂർണരൂപം. തെറ്റുകാരനാണെന്ന കുമ്പസാരം.

നേരത്തെന്നൊരു
പാട്ടും പാടി
കള്ളനും പോലീസും
ഒരേ ക്ലാസ്സിലേക്ക്
ഓടിച്ചെന്ന് കയറും.

മുനയൊടിഞ്ഞ ഉപമ
കളിയൊഴിയാതെയപ്പോഴും
സ്കൂൾവളപ്പിൽ കിടപ്പുണ്ടാവും!

മാധ്യമം

അത് എന്ന നിലവിളി

മരിച്ചുപോയവരിൽ പലർക്കും
അതുണ്ടായിട്ടും
പ്രയോജനപ്പെട്ടിട്ടില്ല,
ജീവിച്ചിരിക്കുന്നവരിൽ പലർക്കും
അതുള്ളതുകൊണ്ട്
പ്രയോജനവുമുണ്ടാവുന്നില്ല.

തോടില്ലാത്ത ഒച്ചിനെപോലെ
ചത്തുകിടപ്പാണ്.

എണീറ്റ് നിൽക്കാൻ പഠിച്ചോരെണ്ണം
പിന്നീട് ചുരുങ്ങിച്ചുരുങ്ങി
ഉൾവലിയാൻ മടിച്ചതിന്
വഴക്കലൊഴുക്കി
നിലത്ത് കിടപ്പുണ്ട്,
എല്ലാവരുംകൂടി
അതിനെ മുറിച്ചെറിഞ്ഞു.

ഇപ്പോൾ ആദരസൂചകമായി
കള്ളയാചാരവെടി വയ്ക്കുന്നു.

സമകാലിക മലയാളം

ചിറകുകൾ

പക്ഷികൾക്ക് ചേക്കേറാനുള്ള
മരങ്ങളെവെട്ടിയെടുത്ത്
പക്ഷികളെയും മരങ്ങളെയും ഒരുപോലെ
കടലാസുപക്ഷിയാക്കുന്ന കാലം.

ഇതേ കാലത്തിനുള്ളിലിരുന്ന്
കടലാസുപക്ഷികളെ
പറത്തിക്കളിക്കുന്ന കുട്ടികൾ.

കളി പുരോഗമിക്കുമ്പോൾ
അവരുടെ വിരലുകൾ ചില്ലകളായി
കരങ്ങൾ ശിഖരങ്ങളായി
പരിണമിച്ച് പ്രകൃതിയാവുന്നു.

കാലം കുട്ടികളാവുന്നു,
കുട്ടികൾക്ക് ചിറകുമുളയ്ക്കുന്നു!

ഇലയും മറ്റുപമകളും

ജീവിതത്തെ തൊടാനാഞ്ഞ
ഇലകളെയെല്ലാം കട്ടെടുക്കുന്ന കാറ്റിനെ
ആട്ടിയോടിക്കുന്നു അകറ്റി നിർത്തുന്നു
മുറിച്ച് മാറ്റുന്നു

ആട്ടിയോടിച്ച് അകറ്റി നിർത്തിയ
അകലത്തിൽ
മുറിച്ച് മാറ്റിയ മുറിവിൽ
ചങ്ങലയ്ക്കിടുന്നു

കാറ്റിന്റെ ഓരോ പിടച്ചിലിലും
ചങ്ങലയുടെ കണ്ണികളെല്ലാം
കണ്ണുകളാവുന്നു,
കൃഷ്ണമണികളിലൂടെകോർത്തുകോർത്ത്
സ്വയം നീളം വയ്ക്കുന്ന ചങ്ങലയിൽ
കുതറുന്ന കാറ്റ്

കുതറുമ്പോഴെല്ലാം ഇമയടയ്ക്കും പോലെ
പഴുതില്ലാതെ തളച്ചിടുന്നു
ജീവിതത്തെ തൊടാനാഞ്ഞ
ഇലകളെയെല്ലാം കട്ടെടുത്ത കാറ്റിനെ.

ഭാഷാപോഷിണി

ഒരു സ്വപ്നം ഡിലീറ്റ് ചെയ്യുന്നു

പരിചയമുള്ളൊരാളുടെ
പരിചയപ്പെടും മുന്നേയുള്ളൊരു ചിത്രം
ഇന്നലെ ചിത്രത്തിൽ നിന്നിറങ്ങി
സ്വപ്നത്തിൽ വന്നു.

വറുക്കാനെടുത്ത കടുകുമണികൾ
നിലത്തു ചിതറുമ്പോലെ ദേഷ്യപ്പെട്ടു.

സ്വപ്നത്തിൽ ഞാൻ അവിടെയുണ്ട്
എന്നാൽ ഞാനവിടെയില്ല എന്നതുപോലെ.

പെട്ടെന്ന് സ്വപ്നത്തിൽ നിന്നും
ഉറക്കത്തിൽ നിന്നും കട്ടിലിൽ നിന്നും
ചാടി പുറത്തുകടന്നു.

എന്നിട്ടുടനെ ഇമെയിലയച്ചു ചോദിച്ചു.

നീയങ്ങനെ ദേഷ്യപ്പെട്ടതെന്തിന്?

ഞാനോ?എപ്പോൾ?

പരിചയം ഇല്ലാത്ത മുഖവുമായി വന്ന്
ഇത്രയും പരിചയമുള്ളൊരാളോട്
പരിചയമില്ലാത്ത പോലെ ദേഷ്യപ്പെട്ടതെന്തിന്?

ആരോട്?

വീടിനു പിന്നിൽ തൊടിയില്ലാത്തതിനാൽ
തെരുവുകളിൽ നടക്കാനിറങ്ങുന്ന

വീടിന്റെ ഭാഷയില്ലാത്തതിനാൽ
ദേശമില്ലാതെ അലയുന്ന

വീടിനുള്ളിൽ വാക്കില്ലാത്തതിനാൽ
അക്ഷരങ്ങൾ വറ്റിപ്പോയ എന്നോട്
എന്നെഴുതി അയച്ചതിനു പിന്നാലെ
ഒരു ഇമെയിൽ അക്കൗണ്ട്
ഡിലീറ്റ്ചെയ്യുമ്പോലെ
ആ സങ്കടം ഡിലീറ്റ് ചെയ്തു.

ഒൻപതാം സ്വർഗ്ഗം

അങ്ങിനെയിരിക്കുമ്പോൾ
(എങ്ങനെ എന്ന് ചോദിക്കരുത്,
നിന്നെ ഓർത്തുകൊണ്ടെന്നും
സ്നേഹിച്ചുകൊണ്ടെന്നുമെല്ലാം
നമ്മൾ മാത്രം അറിഞ്ഞാൽ മതി)
ആ ഉറുമ്പുകൾ വന്നു.

ഞാൻ നിന്നോട് പറയാൻ
കരുതിവച്ചിരുന്ന വരിയിൽ നിന്നും
ഒരു വാക്ക് വഴിയില് വീണു.
ഉറുമ്പുകൾ അത് വായിച്ചു,
തിരിച്ച് പോയി.

അങ്ങിനെയിരിക്കുമ്പോൾ
(എങ്ങനെയെന്ന്
നീ വീണ്ടും ചോദിക്കും,
ഒന്നുമറിയാത്തപോലെ
അത്രതന്നെ നിഷ്കളങ്കമായി
ഞാനന്നേരം കേട്ടില്ലെന്ന് നടിക്കും)
ഉറുമ്പുകൾ പിന്നെയും വന്നു.

നേരത്തെ വീണ വാക്കിൽ നിന്നും
ഒരക്ഷരം കാലുകൊണ്ട് തട്ടി
അവരുടെ വഴിക്ക് മുന്നിലേക്കിട്ടു.

അക്ഷരം വായിച്ച് തല ഉയർത്തി
നമ്മളെയൊന്ന് നോക്കി
ഉറുമ്പുകൾ തിരിച്ച് പോയി.

അങ്ങിനെയിരിക്കുമ്പോൾ
(എങ്ങനെയെന്ന്
നീ ചോദിക്കും മുന്നേ
ഞാനൊരുറുമ്പിനെ പോലെ
നിന്റെ ചുണ്ടിൽ കടിക്കുന്നു .)
ആ ഉറുമ്പ് വന്നു.

നമ്മുടെകൈയ്യിൽ
ഒരക്ഷരം പോലും ബാക്കിയില്ല,
ഉടല്പോലുമില്ലാതെ നമ്മളന്നേരം
ഒൻപതാം സ്വർഗ്ഗത്തിലുമായിരുന്നു!

സ്ത്രീശബ്ദം

ചുംബനശലഭങ്ങൾ

ഞാൻ ഡാർവിന്റെ
മഡഗാസ്കർ ഓർക്കിഡുകളിലൊന്നായി
പൂവിടുന്നു.

നീ ഡാർവിന്
കണ്ടെത്താൻ കഴിയാതിരുന്ന
നിശാശലഭമായിവന്നെന്നെ ചുംബിക്കുന്നു.

നമ്മളന്നേരം പരിണാമത്തിന്റെ
ചുംബനശലഭങ്ങൾ.

ഫോസിലുകളുടെ കാലത്തുനിന്നുള്ളവർ
അന്നേരം നമ്മെ കണ്ടെത്തുന്നു.

അവരുടെ ഉടലാകെ
ചുംബനം തളിരിട്ട വേരുകൾ; പൂവുകൾ,
നൂറുനൂറായിരം നാവുകൾ;നോവുകൾ,
അവയിൽ നമ്മുടെ ചുംബനശലഭങ്ങൾ!

മാധ്യമം

നീയല്ലാതെ മറ്റാരാണ്

എത്രമേൽ സങ്കടപ്പെരുമഴയിൽ
കുതിർന്നാഴ്ന്നു പോകും
വേരാഴങ്ങളെങ്കിലും,
അത്രമേലതിൻ ഊർജ്ജം
ഉൾക്കൊണ്ടുകൊണ്ടിങ്ങിനെ
പൂവിട്ടുലഞ്ഞുനില്ക്കുന്നത്
നീയല്ലാതെ മറ്റാരാണ് ചിരിയേ!

നീ ആരാണെന്ന് ചോദിച്ചാൽ

ചോദ്യം കേൾക്കുമ്പോൾ
ഒന്നു ഞെട്ടും.

ഇത്തരം ഒരു കള്ളം
ഇതിനു മുൻപ് പറഞ്ഞ്
പരിശീലിച്ചിട്ടില്ലല്ലോ
എന്നോർത്ത് പഴിക്കും.

ഇതു വരെ പറഞ്ഞിട്ടുള്ള
കള്ളങ്ങൾ പോരാതെ വരും.

ഇതുവരെ വായിച്ചിട്ടുള്ളതും
അറിഞ്ഞിട്ടുള്ളതുമായ
കവിതയിലും കഥയിലും
സിനിമയിലും ജീവിതത്തിലുമെല്ലാം
തിരഞ്ഞു കണ്ടെത്താനായി
ഓർമ്മയ്ക്ക് ചെന്നെത്താൻ
പറ്റുന്നയത്രയും ഇടങ്ങളിലേക്ക്
വേഗം, അതിവേഗം പായും.

ഓരോ വാക്കും
തിരിച്ചും മറിച്ചുമിട്ട്
ഓർമ്മയെ കൊണ്ട് തിരയിക്കും,
എല്ലായിടങ്ങളിലും തിരയിക്കും.

തിരഞ്ഞു തിരഞ്ഞൊടുവിൽ
കണ്ടു പിടിക്കും.

എന്നാൽ ഭാഗ്യവശാൽ
അവയൊന്നും പോരാതെ വരും.

അപ്പോൾ ഞാൻ ചിരിക്കും,
സങ്കടങ്ങളും സന്തോഷങ്ങളും
രഹസ്യമായി കടത്തിയ
ഇടങ്ങളിലൂടെ
ഓട്ടവീണ പാത്രത്തിൽ
രാത്രി കട്ടുകൊണ്ടു ഓടുന്ന
നക്ഷത്രമാണ് നീയെന്ന്
മറുപടി പറഞ്ഞ്
ഞാൻ നിർത്താതെ ചിരിക്കും!

ദേശാഭിമാനി

കലാപ(പം)കാത(ത്തി)ൽ

ഒരിതൾ കൊഴിച്ച് ചങ്കാവും
കൊഴിഞ്ഞയിതൾ പകുത്ത്
ചെവികളാവും.

എന്നിട്ടും പോരാതെ
കാതിലെഴുന്നു നിൽക്കുന്ന
കലാപകാതലേ ചെമ്പരത്തീ,
നീയൊരഹ(ല)ങ്കാര
പുഷ്പ്പമാണ്!

കൊത്തിയൊരുക്ക്

ഒഴുകിപ്പോകുന്ന
കാഴ്ചയ്ക്കൊപ്പം
ഒച്ചയും ഒഴിഞ്ഞു പോകുമ്പോൾ
ഏകാന്തതയുടെ
ഉൾപ്പെരുക്കങ്ങളുയരുന്നു.

ഓരോരുത്തരും അവരവരുടെ
ഏകാന്തത അവരെ
ഒറ്റ എന്നതിന്റെ ആഴത്തിൽ
അത്ര ഉയരത്തിൽ
സർപ്പമായോ ശിൽപ്പിയായോ
കൊത്തിവയ്ക്കുന്നതും
കാത്തിരിക്കുന്നു

മലയാളനാട്.കോം

പ്രതീക്ഷ

പൂന്തോട്ടത്തിൽ
പറന്നു തളർന്നൊരു
കിളിയും പൂമ്പാറ്റയും.

കിളിക്കണ്ണുകൾ പൂമ്പാറ്റ-
യിലുടക്കി നിൽപുണ്ട്,
പൂമ്പാറ്റക്കണ്ണുകളൊരു പൂവിലും.

ഒരു വട്ടം കൂടി പറന്നാൽ
പൂമ്പാറ്റക്ക് പൂന്തേൻനുകരാം
കിളിക്ക് പൂമ്പാറ്റയെ
കൊത്തിയെടുക്കാം.

ആരാവും ആദ്യം പറക്കുക,
പൂമ്പാറ്റയോ കിളിയോ?

പൂമ്പാറ്റ പറന്നാലൊരു പൂവോളം,
പിന്നെയും പറന്നൽ
മറ്റൊരു പൂവോളം,
പിന്നെയും പറക്കാം...
തളര്ന്നിരിയ്ക്കുന്ന കിളിയൊന്നു
പറക്കാൻ തുടങ്ങും വരെ,
പൂന്തോട്ടക്കാരന് ഓർത്തു.

പക്ഷെ,
പൂമ്പാറ്റ പറന്നില്ല, കിളിയും.

ഉണങ്ങാത്ത ഭയത്തിന്റെ നിഴലിൽ...

വരകൾ ഉണങ്ങാനിട്ട്
ചുറ്റിക്കറങ്ങുന്ന
പെൺപുലികളെയും
ആൺപുലികളെയുമാണ്
പൂച്ചകളെന്ന് കരുതി
നമ്മൾ അട്ടപ്പിക്കുന്നത്.

നമ്മുടെ കുഞ്ഞുങ്ങളെ
അവരുടേതെന്ന പോലെ
നക്കി തുടച്ച്
ചേർത്തു പിടിക്കുമ്പോൾ
വിശ്വസിച്ചുപോകും.

കൊല്ലപ്പെട്ടുമെന്ന് ഉറപ്പാണ്.

ആരാണ് എപ്പോഴാണ്
എങ്ങനെയാണ്
എന്നൊക്കെ ആധികയറി,
ഭയമെന്ന സുരക്ഷിതത്വത്തിനുള്ളിൽ
ഒളിഞ്ഞിരിക്കുമ്പോൾ
ആരും കൊല്ലാതെ തന്നെ
നമ്മളൊരുനാൾ ചത്തുപോകും.

കുഞ്ഞുങ്ങളെ സുരക്ഷിതരാക്കി
അടക്കിപ്പിടിച്ചുകൊണ്ട്,
വരകൾ ഉണങ്ങാനിട്ട്
ചുറ്റിക്കറങ്ങുന്ന പുലികളിൽ നിന്നും
രക്ഷപ്പെട്ടുത്താൻ ശ്രമിച്ചു കൊണ്ട്,
ഉണങ്ങാത്ത ഭയത്തിന്റെ നിഴലിൽ
നമ്മൾ ഉണങ്ങി പോകും.

ഗാലപ്പഗോസ്സിലെ ഉടുമ്പുകളേ...

നമ്മൾക്കായി മാത്രമുള്ള
നിമിഷങ്ങളിൽ നിന്നും
വിരഹംകൊണ്ടെന്നെ
വരഞ്ഞിട്ടിരിക്കുന്ന അയയിൽ
അഴലിന്റെ ആഴങ്ങളിൽ
നിന്നെന്ന പോലെ ഉറവകൾ,
ഉറുമ്പുകൾ.

എന്നിൽ വിഹരിക്കുന്ന
പ്രാണിലോകം.

ഞാനോ,
പ്രണയത്തിലേക്കുള്ള വഴിയറിയാതെ
വിട്ടുപോകില്ലെന്നുഴറുന്ന പ്രാണനും.

ഗാലപ്പഗോസ്സിലെ ഉടുമ്പുകളേ...
പ്രണയത്തിൽ
പരിണമിക്കാനറിയാത്തതിന്റെ
അസ്തിത്വം ചുമന്ന്,
പ്രണയിച്ച് മെലിഞ്ഞും
വിരഹത്താൽ തടിച്ചും
ആശ്ചര്യമെന്ന തീപ്പെട്ടിക്കൊള്ളികളുരച്ച്
എവിടെ തിരയണം,
നൈസർഗികതയെ മറികടക്കുകയെന്ന
സുപ്രധാനസിദ്ധാന്തം!

സമകാലികമലയാളം

തുന്നമ്പാട്ടുന്നു, പാടട്ടെ?

എന്റെ യുദ്ധങ്ങളൊക്കെയും
നിന്നോട്
തോൽക്കുവാൻ വേണ്ടിയുള്ളത്.

ഞാൻ വീണുപോകുന്ന
വെള്ളക്കൊടി; നിന്റെ ചിരി.

ഞാനിതാ വീണ്ടും
പുറപ്പെടുന്നു!

നിന്നെയോർത്ത് മറ്റാരു നിറയും?!

ഒറ്റക്കൊമ്പിലെ പക്ഷീ,
ഒരമ്പിനാൽ നീ ഒഴിയുകിൽ,
ഒഴിഞ്ഞ ആവനാഴിയല്ലാതെ
നിന്നെയോർത്ത് മറ്റാരു നിറയും.

ശരമേൽക്കുമ്പോൾ
കൊക്കിലവശേഷിക്കുന്ന
അന്നത്തെയന്നത്തിൽ
നിന്നൊരു വിത്ത്
ഒരിലരണ്ടിലമൂന്നില വിടർത്തി
പൂമരമായി മുളയ്ക്കണം.

ശിഖരങ്ങൾ ചിറകുറച്ച്
പറന്നു പോയേക്കാമെന്ന്
തോന്നിപ്പിക്കുമാറ് ചിറകടിച്ചും

തലപ്പ്
ഏതു ദൂരവും താണ്ടുമെന്ന
സ്ഥിരതയിൽ
തലയെടുപ്പോടെ ഉയർന്നും

വേരുകൾ
ഒരു പക്ഷിയുടെ
കാൽ വിരലുകളെന്ന പോലെ,
വിട്ടകലാൻ മടിച്ചെന്ന പോലെ,
പക്ഷിയിൽ നിന്നും
മരത്തിലേക്കുള്ള ദൂരത്തിലല്ല
ആഴത്തിലാഴത്തിൽ
പൂവിൽ നിന്നും
പുണരലിലേക്കും
പുണരലിൽ നിന്നും

പൂവിലേക്കും എന്ന പോലെ
ആഴ്ന്നാഴ്ന്നിറങ്ങണം.

ഒറ്റക്കൊമ്പിലെ പക്ഷീ,
ഒരമ്പിനാൽ നീ ഒഴിയുകിൽ,
ഒഴിഞ്ഞ ആവനാഴിയല്ലാതെ
നിന്നെയോർത്ത് മറ്റാരു നിറയും.

കലാപൂർണ്ണ

തേരൊഴിഞ്ഞ അട്ട

ഒന്നോർക്കുന്ന മാത്രയിൽ നൊന്ത്
അട്ടയെ പോലെ
ചുരുണ്ടുപോകുന്ന ഓർമ്മയെ
ഒരു കുട്ടിയുടെ ജിജ്ഞാസയോടെ
കമ്പുകൊണ്ടുകുത്തിനോക്കി
തൊട്ട് നിൽക്കുന്നതെന്തിന്?

കമ്പിന്റെ തുമ്പിൽ കുത്തിയെടുത്ത്
കമ്പിൽ നിന്നും കൈയ്യിലേക്കുള്ള
ദൂരത്തിന്റെ സുരക്ഷിതത്വത്തിൽ നിന്നും
ദൂരേക്കെറിഞ്ഞ് കളയുന്നതെന്തിന്?

ചി
ത
റി
പ്പോ
യ
പ്പോ
ഴെ
ല്ലാം
മുന്നിൽ ലോകം
അതിലും ചെറുതായി.

ചിതറിയതിൽ നിന്നും
ഒരു കണികയെ പോലും
തൊടാൻ കഴിയാതെ
ലോകം വീണ്ടും വീണ്ടും
ചെറുതായിക്കൊണ്ടിരിക്കുമ്പോൾ,
അട്ടക്കാലുകൾ പോലെ മുറിച്ചുകൂടി
പഴയ ഓർമ്മയിലേക്ക്
ഇഴഞ്ഞ് ചെല്ലുന്നു,
ചുരുണ്ടുപോകുന്നു.

ദേശാഭിമാനി

ഇരുപത്തിനാലുമണിക്കൂർ കഴിഞ്ഞുള്ള സമയം

തീർത്താൽ തീരാത്ത
കടം പോലുള്ള തിരക്കിനിടയിൽ
ലോട്ടറിയടിക്കും പോലെ
കിട്ടിയ സമയമാണ്.

അപ്പോഴേക്കും
ഇരുപത്തിനാലുമണിക്കൂർ
കഴിഞ്ഞിരുന്നു,
കാത്തിരുന്നവരെല്ലാം
ഇരുപത്തിനാലിനുള്ളിലേക്ക്
പോയ്മറഞ്ഞിരുന്നു.

ഞാനിപ്പോഴും
ഇരുപത്തിനാലിനുള്ളിലേക്കെത്താൻ
അധികം കിട്ടിയസമയവുമായി
മുയലോട്ടമോടുന്നു.

സുന്ദരകാണ്ഡം

നിനക്ക്
മാനും മാരീചനും
ഞാൻ തന്നെ.

നിനക്ക്
രാവണനും
നിന്റെ
പുഷ്പകവിമാനവും
ഞാൻ തന്നെ.

എന്നിട്ടും
നിന്റെ കൂടെ
പറന്നെത്താൻ ശ്രമിച്ച
ജടായുവും,
അതിന്റെ
ചിറകരിഞ്ഞവാളും
ഞാനായി.

ഇനി നിന്റെ
മായാവിനോദവും
ഞാൻ തന്നെ!

സ്ത്രീശബ്ദം

ലേപനം

നല്ല മൂർച്ചയുണ്ടായിരുന്നു,
അതിന്റെ മനോഹാരിത
ആസ്വദിച്ച് കഴിയും മുന്നേ
മൂർച്ച കുറഞ്ഞും പോയിരുന്നു.

മരിക്കാനായി തിരഞ്ഞെടുത്ത
കത്തിയാണ്!

നിന്റെ സ്നേഹത്തോടുള്ള രാകൽ
അതിന്റെ മൂർച്ച നന്നേ കുറച്ചിരിക്കണം,
എന്റെ മരണത്തിലേക്ക് പുരട്ടാനും
അതേ ലേപനം നീ തന്നതല്ലേ!

ബോ(ഓ)ർമ്മ

ബോർമ്മ ഉണരുന്നു,
മൌനത്തിന്റെ കൃഷ്ണപക്ഷത്തിലേക്ക്
ചുട്ടുപൊള്ളുന്നോരോർമ്മയായ് പാടുന്നു,
ചിന്തകളടയിരുന്ന മൌനം
ബോർമ്മയിൽ വെന്തുപോകുന്നു.

ബോർമ്മയിൽ നിന്നുയരുന്ന
സംഗീതം ശ്രുവിക്കുന്ന കാതുകൾ
കാതറുത്തവന്റെ സൂര്യകാന്തിപ്പൂക്കളുടെ
ഇതളുകൾ പോലെ കൂർത്തുപോകുന്നു.

കാക്കകൾ കൊത്തിവരും ആകാശം
ഗോതമ്പുപാടങ്ങൾക്ക് മുകളിൽ
മഞ്ഞുമഴയായി പൊഴിയുന്നു.

അതിനും മുന്നേ
ബോർമ്മയുടെ ഓർമ്മയിൽ
കരിഞ്ഞുപോയ കേക്കിന്
ആരുടെ പേരായിരുന്നു?

പെൻഗ്വിനുകൾ കവിത ചൊല്ലുമ്പോൾ

ശലഭച്ചിറകിൽ നിന്നും
തിരവേഗത്തിലേക്ക് ഓടിയും
വേലിയേറ്റത്തിൽ നിന്നും
ഇറക്കത്തിൽ നിന്നും ഇരതേടിയും
നാഴികയിൽ നിന്നും
വിനാഴികയിലേക്ക് വീണുറങ്ങിയും
ശരപ്പക്ഷികളെ പോലെ
അള്ളിപ്പിടിച്ചിരിക്കുന്ന ഓർമ്മകളിലേക്ക്
അട്ടയുടെ കാലുകൾ പോലെ
മുറികൂടിച്ചേർന്ന മുറിവുകളുമായി
ഞാൻ വന്നെത്താറുണ്ട്.

വരവിനെ പറ്റി
ഒന്നെഴുതി വയ്ക്കാൻതുടങ്ങുമ്പോൾ
മഷിയും കടലാസും
പെൻഗ്വിനുകളായി പരിണമിക്കുന്നു,
മുന്നിലിരുന്ന് കവിത ചൊല്ലുന്നു.

അവർക്ക് മാത്രം
ഞാനാരാണെന്ന ചോദ്യമില്ല,
ഇനിയും പെൻഗ്വിനുകളെ മാത്രം മതി.

വളർത്തുമൃഗം

ഉള്ളിലിട്ട് വളർത്തുന്നൊരു
മൃഗമുണ്ട്,
വെളിച്ചത്തെ മാത്രം
ഭയക്കുന്നൊരു മൃഗം.

കെട്ടഴിക്കാത്ത
സമ്മാനപൊതിപോലെയുള്ള
തയ്യലഴിയാത്ത
പുതുപ്പുത്തനുടുപ്പുപോലയുള്ള
ഓരോ മുറിവും
ആ മൃഗത്തിലേക്ക്
പരകായം ചെയ്യിക്കുന്നു.

മുറിവുകൾ മാത്രം
പരകായം ചെയ്യിക്കാൻ
വളർത്തുന്ന മൃഗം
പുറത്തേക്കു ചാടാതെയിരിക്കുവാൻ
കാവലിരുപ്പാണ് എപ്പോഴും.

അടിക്കടിയത്
ഉള്ളിലുയർത്തുന്ന
പരാക്രമവും അലർച്ചയും മുരൾച്ചയും
ശ്രദ്ധയോടെ
അണച്ചണച്ചമർത്തിപ്പിടിച്ച്
ഉള്ളിൽ
അമർത്തിവയ്ക്കാൻ ശ്രമിക്കുന്നു,
ചുറ്റിലുമുള്ളവരുടെസ്വസ്ഥ്യം
നഷ്ട്ടപെടുത്താതെയിരിക്കുവാൻ.

എങ്കിലുമത്
ഉള്ളിൽനിന്നങ്ങനെയങ്ങനെയപ്പാടെ
കാർന്നുകാർന്ന് തിന്നുതിന്ന്
പുറത്തേക്ക് നീട്ടുന്ന
തുരങ്കങ്ങളിലൊന്നിൽ കൂടി
ഏതുനിമിഷവുംപുറത്തേക്ക്
ചാടിയേക്കുമെന്ന് ഭയപ്പെട്ടിരിക്കുന്നു.

പുറത്തേക്ക് തുറക്കപ്പെടുന്ന
തുരങ്കത്തിന്റെ വായിലേക്കുടൻ
രാക്കതിർ പോലൊന്ന് കൂട്ടായീടണേ...

സ്വപ്നത്തിൽ നിന്നും സ്വാസ്ഥ്യത്തിലേക്ക്

ഉണർന്നപ്പോൾ
നീയൊരുമരച്ചുവട്ടിലായിരുന്നു,
മനുഷ്യരെ പോലെ
മരങ്ങൾ ബാസ്കറ്റ് ബോൾ കളിക്കുമ്പോൾ,
പുറത്തേക്ക് വളർന്ന് പുളഞ്ഞു കിടക്കുന്ന
ഒരു വേരിന്മേൽ
'സ്ലാം ഡങ്ക്' ഭയക്കുന്ന ഒരു പന്തായിരുന്നു.

മരങ്ങളോട് വോളിബോൾ കളിക്കാൻ
ഉച്ചത്തിൽ അലറിവിളിച്ചുകൊണ്ട്
ഞാനൊരു 'നെറ്റായി' മാറി.

ഏതെങ്കിലും ഒരു മരത്തിന്റെ
പിഴച്ച 'സെർവിൽ'
നീയെന്റെ വലയിൽ തടയുമ്പോൾ
പിടിച്ചെടുക്കാമെന്ന് കരുതി.

വീണ്ടും ഉണരുമ്പോൾ
അസ്വഭാവികമായി ഒന്നും തോന്നിയില്ല,
നീയോ വളരെ സുരക്ഷിതമായും.

ഞാൻ ഒരു സ്വപ്നത്തിൽ നിന്നും
മറ്റൊന്നിലേക്ക് ഉണരുകയായിരുന്നു!

മീൻജീവനം

ചെറുമീന്ന് വിളിക്കുന്ന
വലുപ്പത്തിലുള്ള
മീൻവെട്ടിക്കഴുകി
അകത്തേക്ക് കൊടുക്കും.

ചാറ് തൊട്ട് തീണ്ടാത്ത
വെന്ത തല
പുറത്തേക്ക് വരുമ്പോൾ
സൂര്യൻ വെന്തഴുകി
കടലിൽ വീഴുന്ന നേരമാവും.

ചൂടാറും മുന്നേ
മീനുകൾ കൂട്ടത്തോടെ
കൊത്തി വിഴുങ്ങും,
ഉപ്പുണ്ടോ മുളകുണ്ടോന്ന്
അവറ്റകൾക്കുണ്ടോ
പായാരം!

ഇനി സത്യം പുലരില്ല!

കൂവൽ

വീട്ടിലിനിയിരുത്തുവാൻ
കൊള്ളുകയില്ലെന്നു ചിലമ്പി
ഉപേക്ഷിച്ചു പറന്നു പോയ
പക്ഷിയെ തിരഞ്ഞ്

വെയിൽ ജനാലവഴി
വരച്ചിട്ട ഏണി
കാറ്റിന്മേൽ ചാരി-
വച്ചതിന്മേലേറി
വന്നെത്തിനോക്കാറുണ്ട്

ഒരു ഋതുവിൽ നിന്നും
മറ്റൊന്നിലേക്ക്
പറന്നു പോയ
പക്ഷിക്ക് പിന്നാലെയതിനെ
തിരഞ്ഞുപറക്കുന്ന
ഒരു ഋുവലിന്റെ കൂവൽ.

ആ(വി)വർത്തനം

ചെവികളിൽ നിന്നും
മാറിലേക്കെന്നതു പോലെ
മുലകളിൽ നിന്നും യോനിയിലേക്ക്
ചേർത്തു വച്ച സ്റ്റെതസ്കോപ്പ്.

സ്പന്ദനമൊഴിഞ്ഞെന്ന
സന്ദേശമെത്തും മുന്നേ
ആഘാതം താങ്ങാനാവാതെ
മരിച്ചു പോയിരുന്നു ഹൃദയം.

യോനീ വീടെന്ന ഉപമയിൽ
ലിപിയറിയാത്തവർ ചിലർ
കാട്ടാളഭാഷയാൽ
അതിക്രമിച്ചു കടന്നിട്ടും
വിവർത്തനത്തിനു
വഴങ്ങാത്ത ലിഖിതങ്ങളുടെ
ഗുപ്തഭാഷയിൽ
അവർ പരാജിതരായതാണെന്ന്
പോസ്റ്റ്മാർട്ടം റിപ്പോർട്ട്!

മുറിക്കൂടിയ കവിത

ഒടുവിൽ അവർ
ദൂതനെ അയച്ച് ചോദിച്ചു
“ആർക്കു വേണ്ടി
മരിക്കും നിങ്ങൾ,
കവിതയ്ക്ക് വേണ്ടിയോ
നിങ്ങൾക്ക് വേണ്ടിയോ?"

കവിക്ക് മുന്നേ
കവിത സംസാരിച്ചു.
“വായിക്കുന്നവർക്ക്
വേണ്ടി മാത്രം.”

വാക്കേറ്റ്
ദൂരേയ്ക്ക് തെറിച്ച് പോയി,
ദൂതന്റെ ഉടവാൾ.

ഉടവാൾ തെറിച്ചതും
അയാളുടെ ഉടലൊരു
വാക്കായി പരിണമിച്ചു.

മറയില്ലാത്തൊരു
ഉടൽവാക്കായി
ദൂതൻ യാത്രയായി.

അതിനു ശേഷം
അവർ ദൂതനെ
തിരഞ്ഞു നടന്നു.

ഉപേക്ഷിക്കപ്പെട്ട
ഉടവാളും,

ദൂതനെന്ന ഉടൽവാക്കും
കണ്ടെത്തി.

ഉടവാളാൽ
ഉടൽവാക്കിനെയും
ഉടൽവാക്കാൽ കവിയെയും
അവർ കൊലപ്പെടുത്തി.

മരണത്തിന്റെ നാവ്
നക്കിപ്പെറുക്കിയെടുത്ത
ചോരയും മാംസവും
വാക്കുകളായി,
ആ വാക്കുകളെല്ലാം
മുറിച്ചുകൂട്ടി വരികളുമായി.

കവിതയിൽ എനിക്കുമൊരു
മാർക്സിയൻ സ്വപ്നമുണ്ടെന്ന്
മുറിച്ചുകൂട്ടിയ കവിത
അവരിപ്പോൾ വായിക്കുന്നു.

മരിച്ചു പോയി

മൊരുമൊരാന്ന്
മൊരിച്ചെട്ടുക്കുന്നതിനിടയ്ക്ക്
കരിഞ്ഞുപോയെന്ന് പറയുന്ന
അതേ ലാഘവം!

ചതചതാന്ന് ചവയ്ക്കാനും
കറുമുറാന്ന് കൊറിയ്ക്കാനും
മടിക്കുന്നതിന്റെ
ഇടയ്ക്കുള്ള ഒരിഷ്ടം
തിന്നു തീർക്കാൻ
പറ്റാത്തതു പോലുള്ള
അതേ സങ്കടം!

സ്വാതന്ത്ര്യം

വേരുകൾക്ക് പകരം
ചിറകുകൾ ചോദിച്ചപ്പോൾ
ചില്ലകൾക്ക് പകരം
കൊക്ക് തന്ന വൈഭവമേ...

കൊക്ക് പിളർത്തുമ്പോഴെന്റെ
നാവുപൂവിട്ടതിൽ പിന്നെ
ഇതൾ ചിറകിലേറി
ഞാൻ വേരോടെ പറക്കുന്നു!

എനിക്ക് ചോളമണികളായ് പൊട്ടി വിടരാൻ കുറച്ച് പൊരിവെയിൽ തരൂ...

മഞ്ഞുമഴയുടെ നാളുകളിൽ
രാത്രി പുലരുവോളം
മഞ്ഞുവാരി നിറച്ച് തലയിണയും
മെത്തയുമുണ്ടാക്കി കട്ടിലൊരുക്കി
നേരം പുലരുവാനായി കാത്തിരിക്കുന്നു.

കാത്തിരിപ്പിന്റെ വേളകളിൽ
ഘനീഭവിക്കുന്ന മുഷിവകറ്റാൻ
ചർക്കയിൽ നൂറ്റെടുത്ത
മഞ്ഞുനൂലുകൾ കൊണ്ട്
കമ്പിളി പുതപ്പുകൾ നെയ്തെടുക്കുന്നു.

ചൂളക്കുഴൽ വിളികൾക്കൊപ്പം
എന്നും പുലർവേളകളിൽ
മഞ്ഞുവാരിക്കൂട്ടി ഉരുട്ടിയെടുത്ത്
ആകാശത്തേക്ക് ഉരുട്ടി കയറ്റിയും,
ഉരുട്ടി കയറ്റിയ മഞ്ഞുഗോളം
ആകാശത്തിൽ നിന്നും
താഴേക്ക് തള്ളിയിട്ടും
സങ്കടക്കടൽ പെയ്തു തീർക്കുന്നു.

(നീ ഇപ്പോൾ ഓർക്കുന്ന
നാറാണത്ത് ഭ്രാന്തന്റെ പോലൊന്നുമല്ല,
അത് ഒന്നുമല്ല ഒന്നും,
എന്നെ വിശ്വസിക്ക്, അല്ലങ്കിൽ
ഉരുട്ടിയുരുട്ടി കയറ്റുംതോറും
മഞ്ഞുഗോളത്തിന്റെ വലുപ്പവും ഭാരവും
കൂടുന്നതിന്റെ വേദന
എന്നെ പോലെ നീയും
അറിയാനൊന്ന് ശ്രമിച്ച് നോക്ക്,
തോറ്റു പോകും
നിന്റെ നാറാണത്ത് ഭ്രാന്തൻ!)

വിളറിവെളുത്തുപോകുന്ന നിശ്ചലതയിൽ
മഞ്ഞുമഴക്കൊപ്പം താഴേക്ക് വീണ്
ഉച്ചിയുലഞ്ഞുറയുന്ന വേളകളിൽ
അശാന്തമായി മഞ്ഞു കുഴിച്ച് കുഴിച്ച്
വെയിൽ തിരയുകയും,
കടലാസു തോണികളുണ്ടാക്കി
മഞ്ഞിനു മുകളിൽ ഇടുകയും ചെയ്യുന്നു.

വെള്ളത്തിനെയും കാറ്റിനെയും
ഇപ്പോഴെനിക്ക് ഭയമില്ല
എന്റെ കടലാസു തോണിയെ
മുക്കികളയുവാൻ രണ്ടിനും
കഴിയുകയില്ലല്ലോ!

ധ്രുവക്കരടിയായും ഹിമമൂങ്ങയായും
പരകായം ചെയ്തു ചെയ്തു
എനിക്കെന്നെ എന്നേ നഷ്ടമായിരിക്കുന്നു,
എന്റെ നിഴൽ പോലും
വെളുത്തു പോയിരിക്കുന്നു!

എനിക്ക് നിലാവിനായി
നീ കൊടുത്തുവിട്ട വെയിൽ പോലും
ഉറഞ്ഞു പോയിരിക്കുന്നു!

വെയിലിന്റെ മണം തിരഞ്ഞുതിരഞ്ഞ്
വെയിലിന്റെ ഒച്ച തിരഞ്ഞുതിരഞ്ഞ്
മൂക്കിൽ നിന്നും കാതിൽ നിന്നും
ചോര പൊടിയുന്നു.

മഞ്ഞുപാളികളെ അലിയിക്കാൻ
അവയ്ക്കു മുകളിലേക്ക്
വാരിവാരി വിതറുന്ന
ഉപ്പുകല്ലുകളാൽ മൂടപ്പെട്ട്

ഏറെനാളുകളായി തുടരുന്ന
ഈ അതിശൈത്യത്തിൽ
ഞാനുറഞ്ഞു പോയിരിക്കുന്നു.

നാഡീഞരമ്പുകൾക്ക് പകരം
ഉറഞ്ഞുപോയ പുഴകൾമാത്രമാണെന്നിൽ,
അടിത്തട്ടിൽ നിന്നും ചത്തുമലച്ച്
മുകളിലേക്കുയരുന്ന മത്സ്യങ്ങൾ
മഞ്ഞുപാളികളിൽ ചെന്ന് മുട്ടുന്നയൊച്ച
സ്റ്റെതസ്കോപ്പിലൂടെയെന്നവണ്ണം
നിനക്ക് കേൾക്കാനാവുന്നുണ്ടോ?

ശൈത്യകാലം കഴിയുന്നുവെന്ന്
രാവു പുലരുവോളം
ഉറക്കെ ചിലച്ചറിയിക്കാറുള്ള
ചീവീടുകളുടെ വീട് എവിടെയാണ്?

ഉച്ചത്തിൽ, ഒന്നത്യുച്ചത്തിൽ ചിലച്ച്
ഈ നശിച്ച മഞ്ഞുകാലത്തെ
ഒന്നോടിച്ച് വിടണേയെന്ന് പറയാൻ
എനിക്കവിടെ വരെയൊന്ന് പോകണം.

വെള്ളയുടെ നിറഭേദങ്ങൾക്കിടയിൽ
ഒരു കറുത്ത നിഴൽ
ഉറഞ്ഞുപോകുവതെയിരിക്കുവാൻ
ആവത് ശ്രമിച്ചുഴറിയുറഞ്ഞ്
മഞ്ഞുശിൽപ്പമാകുന്നതിനോടൊപ്പം
ശിശിരം മൈഥുനത്തിലാകുന്നതിനു മുൻപേ

എനിക്ക് ചോളമണികളായി
പൊട്ടി വിടരാൻ
കുറച്ച് പൊരിവെയിൽ തരു
എന്നപേക്ഷിക്കണം!

കേരളകവിത

റൊമാന്റിസൈസ്ഡ് അഥവാ പ്രണയ മ...മ...മ...മരണം

കാലമെത്രയായ്,
നിന്റെ മുന്നിൽ
വാലാട്ടികൊണ്ടു ഞാനിങ്ങനെ.

സ്നേഹത്തിന്റെ അപ്പകഷണങ്ങൾ
എനിക്കു നേരെ
എറിഞ്ഞും കൊണ്ട് നീയങ്ങനെ.

ഇനിയെങ്കിലും ആ എല്ലിൻ
കഷണമെനിക്ക് എറിഞ്ഞു തരിക.

ജീവിച്ചിരിക്കുന്നു എന്ന വാക്കിലെ
ജീവി ചിരിച്ചു രമിക്കുന്നതിനിടയിൽ
മ...മ...മ ആദ്യം കയറിവന്ന്
മരിച്ചു പോകുന്നതു വരെയ്ക്കും
മജ്ജയിൽ പിടിച്ച പ്രണയവും
തിരഞ്ഞു കൊണ്ട്
ഞാനതുമായലഞ്ഞു കൊള്ളാം.

ഹിമമൂങ്ങയെ പോലെ

രാവും പകലും
ഹിമമൂങ്ങയെ പോലെ
വേട്ടയാടുന്നഏകാന്തത

ആരുടെ
പരീക്ഷണശാലയിലാണ്
ഏകാന്തതയെ
ഒറ്റ കൊത്തിൽ
കൊക്കിലൊതുക്കി
പറന്നു പോകുന്നൊരു
പക്ഷിയെന്ന്
ഓർത്തതേയുള്ളൂ....

കേൾക്കുന്നില്ലേ?

വീശിയടുക്കുന്നു;
ആർക്കിയോപ്റ്ററിക്സിന്റെയെന്ന പോലെ!

പേടിയാകുന്നുണ്ട്;
ഏകാന്തതമതിയെന്നൊരുള്ളനക്കം!

തോർച്ച

ഇടമുറിയാതെ

മഴയത്ത് മുറിഞ്ഞു പോയ ഇലമേൽ
വിളർത്തിരിക്കുന്ന പുഴുവിനെപ്പോലെ,
രാത്രിയുടെ വെടിച്ചകാലിന്റെ
ഇരുണ്ടവിടവുകളുടെ ചൂടുപറ്റി
കൂടെപ്പോകുന്ന വിറങ്ങലിച്ച മഴ പോലെ,
ചാവുപറമ്പിന്റെ ചുവരിൽ
നിന്നടർന്നു പോയ കുമ്മായം
നിഴൽ ഉപേക്ഷിച്ച പോയ
ശലഭങ്ങളെ ഓർമ്മിപ്പിക്കുന്നതു പോലെ...

ഇലമുറിയുന്ന മഴപ്പെയ്ത്തിനു ശേഷവും
വിട്ടു പോകാത്ത പൂതലിച്ച ഗന്ധമുള്ള
ചാവുപറമ്പുകളിൽ രാത്രിയിൽ പോയി
മരിച്ചവരുടെ ചങ്കിടിപ്പളന്നു കൊണ്ടിരിക്കുന്ന
മിന്നാമിന്നികളെ ഹോർളിക്സ് കുപ്പിയിൽ നിറച്ച്
തിരിച്ചുകൊണ്ടുപോരാൻ തുടങ്ങിയത്

സ്നേഹമെന്ന വാക്കിലെ
'സ' ഒരൊറ്റയാനായി ചിന്നം വിളിച്ച്
ചവിട്ടിമെതിച്ച ചന്ദ്രക്കലയ്ക്ക് ശേഷം,
നീ ചാടി പോയി
ഒടുവിൽ ഇടമുറിയാതെ കടന്നു വരുന്ന
'ഹം'മിനിടയിൽ കുടിയിരുന്നതിൽ പിന്നെയാണ്!

സമകാലിക മലയാളം

നിനവ്

ഐ ഫോണിലെ
ചിത്രത്തിൽ നിന്നിറങ്ങി
ഓഫീസിലെത്തുമ്പോൾ
കമ്പ്യൂട്ടർ സ്ക്രീനിൽ
കാത്തിരിക്കുന്നു
മറ്റൊരു ചിത്രമായ്!

അവധിക്കപേക്ഷിച്ച്
സ്ക്രീനിൽ നിന്നും
കൈയ്യോടെ വലിച്ചിറക്കി
വീട്ടിലേക്കെത്തുമ്പോൾ
ചുവരിലെ ചിത്രത്തിന്റെ
ചില്ല് പൊട്ടിച്ചിറങ്ങിവന്ന്
വാക്കുകൾ കൊണ്ട്
കോരിയെടുത്ത് ഉമ്മ തരുന്നു!

വീട്ടിൽ നിന്നും
പുറത്തിറങ്ങാതെ
കാത്തിരിക്കയാണിപ്പോൾ,
ചിതലിനെ പോലെ
തിന്നുതീർത്ത ഓർമ്മകൾ
പ്രോട്ടോസോവകൾ ദഹിപ്പിച്ച്
വിസർജ്ജിക്കുന്നതും കാത്ത്!

വാചികം

പ്രവാസം

പളനിക്ക്
കടലമ്മ കൊടുത്ത
കൊമ്പൻസ്രാവ് പോലെയാണ്
പ്രവാസം!

നീലമൂങ്ങ

1. പേച്ച്.

എന്തു ചെയ്യു
ഞാനിന്നലെത്തന്ന ചെമ്പരത്തി?

അതോ
അതിന്നൊരു കുട പോലെ
മടങ്ങിയിരിക്കുന്നു.

എന്നാലതിനെയിനി
ദൂരേയ്ക്ക് വലിച്ചെറിഞ്ഞേക്കു...

ഇല്ല
മഴക്കാലമല്ലേ
പുറത്തേക്കിറങ്ങുമ്പോൾ
കൂടെ കൊണ്ടുപോകും,
മഴയത്ത് കുടപോലെ
നിവർത്തിപ്പിടിക്കും!

2. പൊട്ടുന്നനെ പെയ്യുന്ന മഴ.

(2.1)
മഴയത്ത്,
തിളയ്ക്കുന്ന എണ്ണയിൽ
പൊട്ടാൻ മടിച്ചുകിടക്കുന്ന
കള്ള കടുകുമണികൾപോലെ നമ്മൾ!

(2.2)
മഴയത്ത്,
തിളയ്ക്കുന്ന എണ്ണയിലേക്ക്
ചീന്തിയിട്ട കാന്താരിമുളകിന്റെ
അരികൾപോലെ നമ്മൾ!

(3). രാത്രി.
പുരാതനമായ
ഏതോ കരയിൽ നിന്നും,
പെരുങ്കാറ്റും താണ്ടി,
നിലാവ് നീലിപ്പിച്ച
വെള്ളിത്തുവലുകളും
വീശി വന്ന
നീലമൂങ്ങയെപോലെ നമ്മൾ!

ചന്ദ്രിക

~~~~"

ശലഭമാവാത്ത പുഴുക്കളുടെ
സമാധിപ്പറമ്പ്,
ഉന്മാദിയുടെ സ്വപ്നഗേഹം;
ഒളിവേഗം ഈറ്റില്ലം!

ആരുടെയഴിഞ്ഞ
മുലക്കച്ചയാണ് ശവക്കച്ചയാക്കി
ചോരച്ചിറകുകൾ പുറത്തേക്ക്?
~~~~

ചോന്ന്... ചോന്ന്

മൊഴി കറുത്താൽ മിഴി ചുവക്കും..
മിഴി ചുവന്നാൽ മഴ പൊഴിക്കും.

ചുവന്ന പെണ്ണേ ചുകചുവപ്പേ...
നിൻ മഴ നനഞ്ഞ്...നട നടന്നേ.

നട നടന്ന്...കുഴ കുഴഞ്ഞ്...
കുഴ കുഴഞ്ഞേ കടത്തടുത്തേ.

കരകവിയും കടത്തെടുത്ത്...
ചോന്ന് ചോന്ന്... ചെന്ന് ചെന്നേ.

ചെന്ന് ചെന്ന്...ചെന്നു ചേർന്നൂ...
ചെന്ന് ചേർന്നേ കടലിനോട്.

നിഴൽ, പക്ഷിയെപ്പോലെ...

നിഴൽ നിന്നിൽ
ഏതു പക്ഷിയുടെതാണ്?

വെടിയേറ്റ തുളഞ്ഞെന്നതു പോലെ
നിഴലിൽ കണ്ണിന്റെ സ്ഥാനത്ത്
വെയിലിന്റെ വട്ടം.

രാത്രിയുടേയോ പകലിന്റെയോ
എന്നറിയാത്ത
പന്ത്രണ്ട് മണി കഴിയാൻ മറന്ന
ക്ലോക്ക് പോലെ
നീ അതിൽ കൂടി നോക്കുന്നു.

വയലിൻ, വീണ, ഗിറ്റാർ തുടങ്ങിയ
തന്ത്രിവാദ്യങ്ങളിൽ നിന്നെല്ലാം
മൗത്തോർഗനുമായി
ഒരു പക്ഷിയെ പോലെ
നിഴലുള്ളൊരുവളുടെ അടുത്തേക്ക്
പോകുന്ന പെണ്ണുങ്ങൾ.

നിനക്കൊഴികെ ഏതൊരാൾക്കും
മനസ്സിലാവുന്ന ഭാഷയിൽ
അവിടെ അവൾ പാടുന്നു,
അവളുടെ കൈകൾക്ക്
മാന്ത്രികവടിയുടെ വഴക്കം,
അവയുടെ ഇന്ദ്രജാലത്തിൽ മയങ്ങി
കൂടെ പാടിപ്പോകുന്ന പെണ്ണുങ്ങളും
അവളുടെ വാദ്യോപകരണവും!

പെട്ടെന്ന്
നിന്റെ നിഴൽ

ചിറകു കുടയുന്നു,
കൊഴിയുന്ന
തൂവലുകൾക്കിടയിലേക്ക്
ചേക്കേറുന്ന ഭയം.

നീ ആവർത്തിച്ചാവർത്തിച്ച്
ചിറകു കുടയുന്നു,
ഇരട്ടിക്കുന്ന ഭയം
പതിന്മടങ്ങായി ഇരട്ടിക്കുന്ന ഭയം.

ആഭിചാരം നടത്തുന്നവളെന്ന്
ദുർമന്ത്രവാദത്താൽ
ക്ഷുദ്രപ്രയോഗത്താൽ പെണ്ണുങ്ങളെ
മയക്കിയെടുക്കുന്നവളെന്ന്
കൊക്ക് പോലെ ചുണ്ടുകൾ പിളർത്തി
അപശ്രുതി പാടി നീ
സൈലൻസർ ഘടിപ്പിച്ച
തോക്കിൽ നിന്നുതിർത്ത തിരപോലെ
ലെസ്ബിയൻ എന്ന് വിളിക്കുന്നു.

നിഴൽ നിന്നിൽ
ഏതു പക്ഷിയുടെതാണ്?
ആംഗ്യവിക്ഷേപത്താൽ
സംഗീതം സൃഷ്ടിക്കുന്നവൾ,
ഒരു പക്ഷിയെ പോലെ
നിഴലുള്ളവൾ, അവൾ അവിടെ
തെരമിൻ*[1] വായിച്ചുകൊണ്ടേയിരുന്നു!

പച്ചകുതിര

---

1 *Theremin- സ്പർശിക്കാതെ വായിക്കുവാൻ കഴിയുന്നൊരു സംഗീതോപകരണം.

ബോറേ... നീ എവിടെ?

എന്തൊരു തിരക്കാണ്!

ഒരു കഷണം
'ക്ഷണനേരം'
വീണു കിട്ടാതെ
നന്നേ വലഞ്ഞ് പോകുന്നു.

ഒന്ന് ബോറടിച്ചിരുന്നെങ്കിൽ
ബോറടിച്ചുറങ്ങുകയെങ്കിലും
ചെയ്യാമായിരുന്നു!

ബോറേ...
നീ എവിടെ?

ബോറ ബോറ*[1]യിൽ
നിന്റെ ആരാണ്?

അവിടെ നീ
ഒളിഞ്ഞിരിപ്പാണോ?

അവിടെയിരുന്ന്
Boar, where art thou?**[2]
എന്നിത് വിവർത്തനം ചെയ്ത്
പരിഹസിച്ചുറക്കെ ചിരിക്കാതെ!

ഇടയ്ക്കൊന്നിവിടെ വന്നു
ബോറടിപ്പിച്ച് കൊന്ന് തന്നില്ലെങ്കിൽ,
ജീവിച്ചിരിക്കുന്നതിനു
ഒരർത്ഥവുമില്ലാത്തതു പോലെ!

---

1 *Bora Bora Island
2 ** പന്നീ, നീ എവിടെ?

മറക്കുന്നു

രണ്ടു പാളങ്ങൾ
കൂട്ടിമുട്ടണമെന്ന്
ആഗ്രഹിക്കുന്നതിനിടയിൽ
മുട്ടിയാൽ
എത്ര ജീവിതങ്ങൾ
വഴിമുട്ടി പോകുമെന്ന്
ഓർത്തുപോകുമ്പോൾ

മഴ പെയ്യുമ്പോൾ
ഭൂമിയേയും
മരം പെയ്യുമ്പോൾ
ആകാശത്തെയും
എന്നതു പോലെ...

ഒന്നെന്ന
ഒറ്റയക്കത്തിൽ
സർവ്വവും മറന്ന്
ഒന്നടിച്ച്
നിശ്ചലമാകുന്നൊരു
ഘടികാരമാവുന്നു!

മാക്കമാരാ, മിസ്സ് മാക്കമാരാ...

നാം കണ്ട കാഴ്ച്ചകൾ
ഇപ്പോൾ നിശ്ചലമായിരിക്കുന്നു,
നാം നടന്നവഴികൾ
ഇപ്പോൾ നിറങ്ങളായിരിക്കുന്നു;
ഒറ്റ നിറത്തിന്റെ നിറഭേദങ്ങൾ,
നമ്മുടെ കാലുകളൊന്നിച്ച്
നടന്ന ദൂരമളക്കാൻ
മസ്തിഷ്കം ചുരുളുകൾ വിടർത്തുന്നു!

മാക്കമാരാ, മിസ്സ് മാക്കമാരാ...
എന്റെ വീട്ടിൽ
വിരുന്നുകാരില്ലാത്തപ്പോൾ മാത്രം
നിന്റെ പൂമുഖവാതിൽക്കലെ
ചെമ്പരത്തികൾ വിടരുന്നുണ്ട്,
അവയിപ്പോൾ
നിന്നെ പോലെ വിളർത്തിരിക്കുന്നു.

നീ വൈകുന്നേരങ്ങളിൽ
ചോളമണികളിട്ടുകൊടുക്കുന്ന
ചാരനിറമുള്ള പ്രാവുകൾ
വിളർത്ത് വെളുത്തു പോയിരിക്കുന്നു
നിന്നെ പോലെ തന്നെ,
എന്നാൽ എന്നെ പോലെ
കുറു കുറു ശബ്ദത്തിൽ
അവ തിരുക്കുറൽ ചൊല്ലുന്നു.

മാക്കമാരാ, മിസ്സ് മാക്കമാരാ...
നിന്റെ പേരു കൊത്തിയ
മാർബിൾ ഫലകത്തിന്മേൽ
ഇരിക്കുന്ന മൂങ്ങ
എന്റെ കണ്ണുകളിലേക്ക്

ചൂഴ്ന്ന് ചൂഴ്ന്ന് നോക്കുന്നു.

എന്റെ കണ്ണുകളിൽനിന്നു തൂങ്ങിയാടുന്ന
നാഡീഞരമ്പുകൾ അവയെ
എലിക്കുഞ്ഞുങ്ങളെ ഓർമ്മിപ്പിക്കുന്നുണ്ടാകാം,
അരികിൽ നിന്നും അകലേക്ക്
പോകുന്ന ചിറകടിയുടെ ഒച്ചകൾ.

മാക്കുമാരാ, മിസ്സ് മാക്കുമാരാ...
നിന്റെ കറുത്ത നിറമുള്ള പട്ടിയെ
(ഇപ്പോഴും അതിന്റെ നിറം
കറുപ്പ് തന്നെയോ?)
രാത്രിയിൽ നടക്കാൻ കൊണ്ടുപോകുന്ന
ആ വെളുത്ത പൂച്ച
(ഇപ്പോഴും അതിന്റെ നിറം
വെളുപ്പ് തന്നെയോ?)
എന്നോട് നീയെന്നപോലെ
ഇന്ന് സംസാരിച്ചു!

ഇനിയെനിക്ക്
ജീവിച്ചിരിക്കുന്നവരോട്
ഒരു വാക്കുപോലും
മിണ്ടുവാനാവുകയില്ലല്ലോ!

മാക്കുമാരാ, മിസ്സ് മാക്കുമാരാ...
ആകാശം ഭൂമിയിലേക്ക് സ്ഖലിക്കുന്നുവെന്ന്
നാം വിശേഷിപ്പിച്ചിരുന്ന മഞ്ഞുകാലങ്ങൾ
ഇനിമേൽ നമ്മുക്കുള്ളതല്ല.

ഇല്ല ഇല്ല എന്ന് ഇലകൾ

പകൽവേളകളിൽ
ശരത്കാലത്തെ റോഡുകൾ
നക്ഷത്രങ്ങൾ നിറഞ്ഞ ആകാശത്തെ
ഓർമ്മിപ്പിക്കുന്നതു പോലെ

ഒരു മുഖം
എത്ര മുഖങ്ങളെയാണ്
ഓർമ്മിപ്പിക്കുന്നത്

ഒരാൾ വരുമ്പോൾ
അവരെയെല്ലാവരെയും
മുന്നിലേക്ക് കൊണ്ടു വരുന്നു.

വന്നയാൾ മടങ്ങി പോകുമ്പോൾ
വരാത്തവരെ കൂടി
കൂടെ കൂട്ടിക്കൊണ്ടു പോകുന്നു,
വന്നു പോയ വഴിയിൽ
ഇല്ല ഇല്ല എന്ന് ഇലകൾ!

ഭാഷാപോഷിണി

മഞ്ഞുമാലാഖ*[1]

നിന്നെ കാത്തുനിന്ന
ജാലകത്തിനപ്പുറം
മഴ നിലച്ച്
മഞ്ഞുവീഴ്ച്ച തുടങ്ങി

തകർന്ന പോയ
ജാലകവാതിലിനപ്പുറം
ഉടഞ്ഞുകിടന്ന
മഞ്ഞുമനുഷ്യനമേൽ
മാലാഖയായി
കളിക്കുവാൻ
നീയന്നേരം വന്നു.

1 *Snow angel

ചുഴിയിലും ചുഴലിയിലുമെന്ന പോലെ തിരയുന്നു

ശിശിരനിദ്രയിൽ നിന്നുണർന്ന്*[1]
തളിരിട്ടും മുന്നേ
പൂവുകൾ പൊട്ടിവിടരുന്ന
ചെടികളുടെയും മരങ്ങളുടെയും
ഓരോ പൂവിന്റെയും
ഇതൾത്തുമ്പിൽ നിന്നും
വേരാഴങ്ങളിലേക്കും തിരിച്ചും
ചുഴിയിലും ചുഴലിയിലുമെന്ന പോലെ
തിരഞ്ഞുകൊണ്ടിരിക്കുന്നു.

വിഷാദഭരിതമായി
'വിതുമ്പുന്ന വൃക്ഷം'**[2]
കാറ്റിൽ ഛേദിക്കുന്ന
ശബ്ദസ്മൃതികൾ പോലും
മൂടിവയ്ക്കുന്നു.

അത്രമേൽ വസന്തമേ...
പൂവുകളാൽ നീ എല്ലാം
അദൃശ്യമാക്കിയിരിക്കുന്നു.

---

1 *ഷിക്കാഗോയിലെ ഒരു ഏപ്രിൽ മാസം

2 **Weeping willow എന്ന വൃക്ഷത്തിന് എഴുത്തുകാരി നിർമ്മല നൽകിയിരിക്കുന്ന മൊഴിമാറ്റം.

വിട്ടുപോയവർ വന്ന് പൂരിപ്പിക്കുന്നത്.

ഞൊടിയിടയിൽ വഴിയിൽ
കെട്ടിപ്പിടിച്ച്
വള്ളിപ്പടർപ്പുകൾ പോലെ
പടർന്നു കയറി,
ചെവിയോളമെത്തി
ഇടതും വലതും മാറിമാറി
ഉച്ചത്തിൽ കേൾപ്പിച്ചുതരും
മരിച്ചവർ,
അവരുടെ നിലവിളികൾ.

ശരീരമാസകലം
വേരുകൾ പൊട്ടി
പുറത്തേക്ക് വളരാൻ തുടങ്ങും,
മരിച്ചവർ
മുളച്ച് പൊന്തുന്നിടത്തുള്ള
കാഴ്ച്ചകളിറ്റിക്കാൻ
ഉള്ളിൽ ഉറങ്ങിക്കിടന്നിരുന്ന
മരണമന്നേരം.

ഓറഞ്ചുകാരൻ

വിയാറ്റ്നാമീപ്പോയ
നമ്മടെ ഓറഞ്ചുകാരൻ*[1]
ജപ്പാനീപ്പോയ നമ്മടെ
കൊച്ച്യേറുക്കനും** [2]
പൊണ്ണത്തടിയനും***[3]
പിന്നെ വേറേം
എത്ര്യയോ ആളുകളെ നമ്മ
എത്ര്യയിടങ്ങളിലേക്ക്
അയച്ചേക്കുന്നു!

ഇനിയിപ്പോൾ
നമ്മ നേരിട്ട്
എടപെട്ടില്ലെങ്കിലെന്താ
എങ്ങനെ എടപെട്ടോളണമെന്ന്
നമ്മ ബുദ്ധിയുപദേശിച്ച്
കൊടുത്തിരിക്കുന്നു,
ഇറാനിന്നിട്ട്
രാസായുധം കീച്ചിക്കൊടുക്കാനും
കീച്ചിക്കൊടുക്കേണ്ടയിടത്തെ പറ്റിയും
ഇറാക്കിനുപദേശിച്ച്
കൊടുത്തതു പോലെ!

ഇതൊന്നും പോരാന്ന് തോന്ന്യാ
നമ്മ തോന്നുമ്പൊ തോന്നുമ്പൊ
കയറിച്ചെന്ന് തോന്നുന്നോരുടെ
ചെകിടടിച്ച് തെറിപ്പിച്ച്യോളയും,
അകിടിലെ പാല് തുളുമ്പാതെ!

ഇതിന്റെയൊക്കെ

1 *ഏജന്റ് ഓറഞ്ച്
2 **ലിറ്റിൽ ബോയ്
3 *** ഫാറ്റ് മാൻ

ന്യായോം അന്യായോം നോക്കാൻ
നമ്മടെ ആളോള് അങ്ങ് ഇന്ത്യയിൽ
ഏതോകോണിൽ പണ്ടെങ്ങോ
ഉണ്ടായിരുന്നെന്ന് പറയുന്ന
(ഉണ്ടായിരുന്നെന്ന് നമ്മക്കടെ
രഹസ്യപ്പോലീസിന് ഇപ്പോഴും
ഉറപ്പാക്കാൻ കഴിഞ്ഞിട്ടില്ല പിന്നാ..)
പെരുന്തച്ചന്റെ ചെകിടടിച്ച് തിരിച്ച
മഹന്റെ പാവയുടെ ഔചിത്യമോ
ഔന്നത്യമോ ഒന്നും നോക്കാറില്ല,
നമ്മടെ ആളോള്
അത്ര പാവക്കുട്ടരൊന്നുമല്ല,
നമ്മയങ്ങ് എടപെട്ട്യോളയും,
അത്രന്നെ!

ഇതോണ്ടോക്കെ തന്നെ നമ്മ
ലോകപോലീസ് കളിക്കുന്നെന്ന്
അസൂയക്കാരൊക്കെ പറഞ്ഞ്
പരത്തുന്നുണ്ട്, വെറും വെർതേ!

നിങ്ങ നിങ്ങടെ ആളോളെ
തല്ല്യേ കൊല്ല്യേ തൊഴിക്ക്യേ
വെടിവെച്ചോ കുഴിച്ചിട്ടോ
തൂക്കികൊല്ല്യേ ഒക്കെ ചെയ്തോ
നമ്മ ചെർത്തായിട്ട്
വളരെ ചെർത്തായിട്ടേ
(ഏയ് ചെർത്തായേ്യ!!) എടപെട്ടൂ...

പക്ഷേങ്കില് നമ്മേ കണ്ട്
രാസായുധോ അണ്വ്യായുധോ
അതും പോട്ട്
ഒരു വെറും ബോംബോ
നിങ്ങക്കടെ ആളോള്ടെ നെഞ്ചത്തോ
മറ്റോളോരുടെ നെഞ്ചത്തോ

കൊണ്ടേച്ചായ് വയ്ക്കാൻ നോക്ക്യാലുണ്ടല്ലോ
നമ്മകയറിയങ്ങെടപെട്ട്യോളയും!

നിങ്ങ നിങ്ങടെ ആളുകളെ
കൊന്നതിനേക്കാൾ കൂടുത്തൽ
നമ്മ നിങ്ങടെ ആളുകളെ കൊല്ലും,
നിങ്ങടെ പട്ടാളവും
നമ്മടെ പട്ടാളവും ചാവും,
നിങ്ങടെ ഭരണാധികാരിയെ
നമ്മ പിടിച്ച് തൂക്കിക്കൊല്ലും!

നമ്മടെ പട്ടാളക്കാർ തിരിച്ച് വന്ന്
കണ്ടതൊന്നും സഹിക്കാൻ കഴിയാതെ
ആത്മഹത്യചെയ്യും,
യുദ്ധത്തിൽ മരിക്കുന്നവരേക്കാൾ
തിരിച്ച് വന്ന് ആത്മഹത്യചെയ്യുന്ന
പട്ടാളക്കാരാണ് നമ്മക്ക് കൂടുതൽ,
ഇമ്മാതിരി പട്ടാളക്കാരുടെ
മനുഷ്യപറ്റിനെ പറഞ്ഞാൽ മതീലോ!

ഇതോക്കെ കണ്ടാലോന്നും
ഈ കേളൻ:കേണൽ കുലുങ്ങില്ല,
കാരണം നമ്മ ചെന്ന്
മറ്റുള്ളോരുടെ നെഞ്ചത്ത് കയറുന്നത്
അവിടതെ ജനങ്ങളുടെ
സ്വാതന്ത്ര്യത്തിനു വേണ്ടിയുള്ള
പ്രവർത്തനമാണ്,
എന്ന് കരുതി
ഇമ്മാതിരി പ്രവർത്തനവും കൊണ്ട്
എവന്മാരെങ്കിലും നമ്മടെ
രാജ്യത്ത് കാലുകുത്ത്യാലുണ്ടല്ലോ
കള്ളതീവ്രവാദികളേ നമ്മ
എടപെട്ട്യോളയും,
എടപെട്ട്യോളയും!!

ഇനി നമ്മുക്ക് ബൂഗി വൂഗി കളിക്കാം.

കളിയിൽ ചേരുന്നവരെല്ലാം
ബൂഗി വൂഗി...ബൂഗി വൂഗി
എന്നു പാടികൊണ്ട്
ഓരോ ബോഗികളാവുന്നു,
ഓർമ്മയുടെ ബോർമ്മയിലെ
റെയിൽ പാളങ്ങളുടെ നിഴലിനോട്
ചേർന്നിഴയാൻ തുടങ്ങുന്നു.

അതുകഴിഞ്ഞ് നിശ്ശബ്ദരായിരിക്കാൻ
ശ്രമിക്കുന്നു.

ഓരോ ബോഗികൾക്കുള്ളിലും
അന്നേരം മറ്റനേകം ട്രയിനുകൾ
ചൂളംവിളിക്കും, അവയ്ക്കും
നമ്മളെപോലെയുള്ള ബോഗികൾ.

ഓരോ ബോഗിയും
അവരുടെ ട്രയിനിന്റെ
എഞ്ചിൻ ഡ്രൈവറെ
കണ്ടെത്തുന്നതുവരെ കളി തുടരും.

കണ്ടെത്തിയില്ലെങ്കിൽ
കളിയൊരിക്കലും അവസാനിക്കുകയില്ല.

ഇടയ്ക്ക് ആരെയും
കളിയിൽ നിന്നും
പിന്മാറാൻ അനുവദിക്കുകയുമില്ല.

മുൻപരിചയം ഇല്ലെങ്കിലും
ആർക്കും എപ്പോഴും എവിടെവച്ചും
കളിയിൽ ചേരാം ബോഗിയാവാം,

നമ്മുടെ ബോഗികൾക്കുള്ളിലെ
മറ്റുട്രയിനുകളൊ ബോഗികളൊ ആവാം.

കളിനിയമങ്ങൾ
എല്ലാ ബോഗികൾക്കും
അവയ്ക്കുള്ളിലെ
ട്രയിനുകൾക്കും ബാധകമാണ്.

'ഗരീബ് രഥ്' പോലെ
എല്ലാം ബോഗികളും
ശീതീകരിച്ചിട്ടുണ്ട്,
തളിരിലയിൽ നിന്നു'ടലെടുക്കുന്ന'
തണുപ്പുപോലെ
തൊട്ടുതൊട്ട് തുടങ്ങുന്നത്
പിന്നൊരിക്കലും
കൂട്ട് വിട്ട് പോവില്ല.

നമ്മുക്ക് കളിതുടങ്ങാം,
ബോഗികൾക്കു പകരം
നമ്മുടെ ട്രയിനുകൾക്ക്
ബോഡീബാഗുകളാണെന്ന്
ഉറക്കെ പറഞ്ഞ് കളിയുടെ
സസ്പെൻസ് കളയല്ലെ!

നച്ചത്രങ്ങൾ

ഏൻരണ്ട് നച്ചത്രം കണ്ടേ
ഇടത്തും കണ്ടു വലതും കണ്ടേ
നച്ചത്രം കണ്ടെന്റെ കണ്ണേ
നച്ചത്രം കണ്ണോളിൽ കണ്ടേ

മാനത്തെ നച്ചത്രമെല്ലാം
കലമാനിന്റെ കുട്ട്യോളായി
ഓടിക്കളിക്കണ കണ്ടേ
തുള്ളികളിക്കണ കണ്ടേ
ഇടത്തും കണ്ടു വലതും കണ്ടേ
കണ്ണോളിൽ കളിക്കണ കണ്ടേ

മിന്നാമിന്നികളെന്തേ
മുത്തി മിനിങ്ങണതെന്തേ
മിന്നണ നച്ചത്രം നോക്കി
മിന്നികളിക്കണതെന്തേ
ഇടത്തും ചെന്ന് വലത്തും ചെന്ന്
ഇടത്തും കണ്ടു വലതും കണ്ടേ

ഏൻരണ്ട് നച്ചത്രം കണ്ടേ
ഇടത്തും കണ്ടു വലതും കണ്ടേ
നച്ചത്രം കണ്ടെന്റെ കണ്ണേ
നച്ചത്രം കണ്ണോളിൽ കണ്ടേ.

ഏനിന്ന് നച്ചത്രം കണ്ടും
നച്ചത്രമെണ്ണുന്ന കണ്ടും
ജീവന്റെ ജീവനെ കണ്ടെ
ജീവനതു പോണതും കണ്ടേ
ഏനിന്ന...ഏനിന്നൊരു...
നച്ചത്രം... പോണതും... കണ്ടേ...

കുട്ടിക്കാലത്ത് കേട്ട പാട്ടിന്റെ ഓർമ്മയ്ക്ക്...

നന്ദിയുണ്ട്; നാണവും

നിങ്ങളുടെ സ്വച്ഛമായ ഓർമ്മയിലേക്ക്
ഇടയ്ക്കിടയ്ക്ക് വന്ന്
കുരുങ്ങിക്കിടക്കുന്നതുകൊണ്ടുമാത്രം
എല്ലിൻ കഷണമെടുത്ത്
എന്റെ നേർക്ക് വലിച്ച് എറിയരുതേ...

ഞാനെന്റെ വാലുതിന്ന്
വിശപ്പടക്കാനുള്ള പരിശ്രമത്തിലാണ്.

എന്ന് നിങ്ങളുടെ സ്വന്തം,
നന്ദിയുണ്ടെങ്കിലും
നാണം തോന്നിത്തുടങ്ങിയ പട്ടി.

നാല് പൂച്ച കവിതകൾ

ഒന്ന്:
നമ്മളുരുണ്ടുമറിഞ്ഞു കളിച്ച
ഏതു ചെമ്മൺ പാതകളാണ്
നമ്മുടെ പൂച്ചകളെ
കുറുക്കനായി ചെഞ്ചോപ്പിച്ചത്,
നിന്റെ കുതിരയും എന്റെ മുയലും
കൊമ്പുകൾ കുലുക്കുന്നു
പരസ്പരം ചോദിക്കുന്നു!

രണ്ട്:
ഒപ്പം നിന്നു വെന്തതിന്റെ
അപ്പം തിന്നാതെ
കപ്പം പറ്റാനെത്തിയിരിക്കുന്നു
കള്ള പൂച്ചകൾ.

മൂന്ന്:
മിയാ കുൽപ എന്ന് കരയുന്ന
പൂച്ചകളെയെങ്കിലും
മ്യാവൂ മ്യാവൂ എന്ന്
മലയാളപ്പെടുത്താതിരിക്കണേ...

നാല്:
വെളുത്ത പൂച്ചയൊരെണ്ണം വാങ്ങും.
കണ്ണടച്ച് പാലു കുടിക്കുമ്പോൾ
ആരും കാണില്ലതിനെ
പാല് തൂവിയതാണെന്ന് കരുതും!

ഒറ്റമുറി(വ്)

അവരുടെ തവളകൃഷിക്കുമേൽ
മഴവീഴാതെയിരിക്കാൻ
കുട പിടിച്ചിരിക്കുന്നതിനുമേൽ
വേനലിന്റെ ഒറ്റമുറി.

വേനലിന്റെ
അകത്തേയ്ക്കും പുറത്തേയ്ക്കും
തുറക്കുന്ന ഒറ്റമുറിവാ(തിൽ).

പുറത്ത്.
ഉണർന്നാൽ പറക്കുന്ന
ശലഭത്തെ പോലെ
വിടർന്നാൽ പറക്കുന്ന പൂക്കൾ.

അകത്ത്.
അവർ അവരുടെ തവളകൃഷിക്കുമേൽ
മഴവീഴാതെയിരിക്കാൻ കുട പിടിച്ചിരിക്കുന്നതും
നോക്കിയിരിക്കുന്ന വേനലിന്റെ ഒറ്റമുറി(വ്)
എന്ന ഗ്രാഫിറ്റിക്കുമേൽ
അരണയുടെ ഉപമയിലേറ്റിയതിൽ പിന്നെ
വാലുമുറിക്കാൻ മറന്നൊരു പല്ലി.

പുറത്ത്.
അരക്കെട്ടിലെ കാക്കകളുണർന്ന്
കുടം തിരയുന്നു.

അകത്ത്.
പല്ലിക്കാട്ടമെന്ന ആശ്ചര്യചിഹ്നവും നോക്കി
ഒരു കാഫ്കിയൻ പാറ്റ
മലർന്ന് കിടന്ന് സൈക്കിൾ ചവിട്ടുന്നു.

പുറത്ത്.
കാക്കക്കരച്ചില്ലുകൾക്കുമേൽ
പറക്കുന്ന ഒരു കൂട്ടം തുമ്പികൾ
അകത്തുള്ള ഓർമ്മകളെയും
അവയുടെ ഓർമ്മകളിൽ നിന്നും
തുമ്പിതുള്ളി വരുന്ന മറ്റോർമ്മകളെയും
ഹൈജാക്ക് ചെയ്യാൻ വട്ടമിട്ട് പറക്കുന്നു.

അകത്ത്.
കാൽപ്പന്തു പോലെ തട്ടിയെറിഞ്ഞാൽ
ഉരുൾ പൊട്ടൽ പോലെ
ഉരുണ്ടൊഴുകി തിരിച്ചെത്തുന്ന
ഓർമ്മകളുടെ അധ്യായത്തിൽ നിന്നും
പുറങ്ങൾ മറിഞ്ഞു പോകാതെയിരിക്കാൻ
തലയോട്ടിയും എല്ലുകളും
ബുക്ക്മാർക്കാവുന്ന നേരം.

പുറത്ത്.
അകത്തുനിന്നും പുറത്തേക്ക് പാറുന്ന
അപായ ചിഹ്നത്തിനുമേൽ
പറന്നു ചെന്നിരിക്കുന്നു തുമ്പികൾ.

അകത്ത്.
എത്രമേൽ ശക്തിയാർജിച്ച് ചിറകടിക്കിലും
അതിലുമേലേറെ കഠിനമായ് നിലകൊള്ളും
ശലഭകോശത്തിനുള്ളിലെ ശലഭമേ
എന്ന ഗ്രാഫിറ്റിക്കുമേലൊരു
വിലാപവൃത്തമുഴലുന്നു,
ശലഭകോശമുലയുന്നു
അഴിയുന്നു...(എന്ന തോന്നലിൽ വീണ്ടുമുയരുന്ന ചിറകടി)
ഉലയുന്നു....
പൊട്ടുന്നനെ മുറുകുന്നു...
മുറിയുന്നു.

ഒറ്റമുറിവാ(തിൽ).
അകത്തെയും പുറത്തെയും
അറിയില്ലെന്ന കാര്യം പോലും മറന്ന്
സംസാരിക്കാനറിയാത്തവർ
തമ്മിൽ സംസാരിക്കുന്നതു പോലെ
മുറിവാ(തിൽ)
അകത്തിനോട്ടും പുറത്തിനോട്ടും
സംസാരിക്കുവാൻ തുടങ്ങി.

ഭാഷാപോഷിണി

ഒരേനടയകലങ്ങളിൽ...

ദൂരമൽപ്പം താണ്ടിടുമ്പോൾ
വഴിയാകെ പെരുമഴയാണ്.

പെട്ടെന്ന് കൂട്ടിനെത്തുന്നൊരു മീൻ,
പക്ഷെ കരയുകയാണ്
കരയിലാണെന്ന് കരച്ചിലാണ്.

കരയാവാം എന്നാൽ കരയല്ലേ
കരകവിയും നേരമാണ്
മീനേ,യെന്ന്
പറഞ്ഞു കഴിയും മുന്നേ
കരകവിഞ്ഞുടൻ, മഴയൊഴിഞ്ഞു.

കരയാനായി മാത്രം
മഴയത്തിറങ്ങി
നടക്കുന്നവരെ നോക്കിയിപ്പോൾ
മീൻ കണ്ണുകൾ ചിരിക്കുന്നു.

ഒറ്റമഴത്തുള്ളി

എത്ര ചെഞ്ചോപ്പാവാൻ ശ്രമിച്ചാലും
പച്ചിച്ച് പോകുന്ന
ഇലകൾ ചേർത്ത് മുഖങ്ങളാക്കുന്ന
ചെടിയിൽ നിന്നും
ഞെട്ടറ്റ് വീഴുന്ന ഞെട്ടലുകൾക്കിടയിൽ
കൈതട്ടിമറിയുന്ന
കുട്ടന്റെ കുപ്പിഗ്ലാസ്സ് പോലെ
പറന്നു പോകുന്ന ഉപ്പൻ.

അതേ പച്ചയുടെ നിഗൂഢതയിൽ നിന്നും
പുൽനാമ്പായോ പച്ചിലപ്പാമ്പായോ
പച്ചക്കുതിരയായോ
ഒരായുഷ്കാലം പച്ചപ്പെട്ടത് തീർത്തുവച്ച്
ഒളിഞ്ഞുനോക്കുമ്പോൾ
നീ കാണുകയില്ലായിരിക്കാം.

എന്നാലൊരു വേനൽ മഴയ്ക്കിടയിൽ
ജനാലയിലേക്ക് വീഴുന്നൊരു
തുള്ളിമേൽ നോക്കിയാൽ
തിരിച്ച് നോക്കുന്നതാരെന്നോർത്ത്
ഭയപ്പെടുകയില്ലെങ്കിൽ
ഞാനവിടെയുണ്ടാവും.

ചന്ദ്രിക വാർഷികപ്പതിപ്പ്, ഖത്തർ

കവിത സംസാരവിഷയമാകുന്നു (പൊതു ഇടത്തിലെ കവി)

കരുണാകരൻ

"Walking on these streets, until the night falls,
my life feels to me like the life they have.
By day they're full of meaningless activity;
by night, they're full of meaningless lack of it.
By day I am nothing, and by night I am I."

~Fernando Pessoa, The Book Of Disquite.

പിന്നീട് സ്ത്രീകൾ എഴുതിക്കൊണ്ടിരുന്ന കവിത പൊതു ഇടത്തിൽ (PUBLIC SPHIRE) പുനർജന്മം നേടുന്ന ഒരുഘട്ടം നമുക്കിടയിലും വന്നു: ആധുനികതയുടെയൊ, ഉത്തരാധുനികതയുടെയൊ, അതിനെ തുടർന്നു വന്ന സ്വത്വവാദസങ്കല്പങ്ങളുടെയൊ പൊതുഇടത്തിൽ. കവിത പൊതുസ്ഥലത്തെ മാറ്റുന്നുവെന്നു ഈ കവിതയും കവികളും മലയാളത്തിലെ കവിത എഴുത്തിനെ ഭാവനയിലെത്തന്നെ പലവിട്ടുതികൾപോലെ അവതരിപ്പിച്ചു.

നമ്മുടെ വർത്തമാനകവിതയുടെ സങ്കല്പലോകം അങ്ങനെ പലതുറകളിലുള്ള കടൽ മുഖങ്ങൾ പോലെയുമായി. സ്ത്രീകൾ എഴുതുന്ന കവിതകൾ സ്ത്രീകളായ കവികൾ, സ്ത്രീപക്ഷ കവിതകൾ എന്ന് നാമകരണം ചെയ്യപ്പെട്ടിരുന്നു, അതു വരേയും ഉണ്ടായിരുന്ന ഒരു സവിശേഷ മനോഭാവത്തെ ഈ പൊതു ഇടം ചിതറിച്ചു. അത്തരമൊരു കവിതയുടെ, അത്തരമൊരു പൊതു ഇടത്തിന്റെ കവിയാണ് ഡോണ മയൂര; അവരുടെ കവിതകൾ അതിനാൽ ഇന്ന് ഇത്തരമൊരു കവിതാ ആലോചനയുടെ ഭാഗവുമാകുന്നു. ഭാവന,

പൗരസങ്കല്പത്തിന്റെയും ജനാധിപത്യത്തിന്റെയും എന്ന് വേർപെടുന്ന സന്ദർഭങ്ങളിൽ പ്രധാനപ്പെട്ട സന്ദർഭം എന്നാണ് നമ്മൾ ഇതുവരേയും സ്ത്രീപക്ഷ എഴുത്തിനെ വിലയിരുത്തുന്നത്. ഇപ്പോൾ അതുമാത്രമല്ല. ആ പൊതു ഇടത്തിന്റെ സവിശേഷധർമ്മം പോലെയൊ ഇടപെടൽ പോലെയൊ ഈ കവിതകൾ വന്നു.

ബ്ലോഗ്ഗ് എഴുത്തുകളിലെയും ഫേസ്ബുക്ക് പോലുള്ള സ്ഥലങ്ങളിലെയും കവിത എഴുത്തുകാർ കവി എന്ന സങ്കല്പത്തിന്റെ അർത്ഥലോകത്തെ കലുഷമാക്കിയത് നമ്മുടെയും ഭാവനയുടെ കലാപമായിരുന്നു. അനുവാചകരെ, അതുവരേയും കവിയുടെയും അതു വഴി കവിതകളുടെയും പിൻതുടർച്ചയായി മാത്രമാണ് കണ്ടിരുന്നത് എന്ന് നമ്മുക്ക് വാദിക്കാൻ പറ്റുന്നത് അതു കൊണ്ടാണ്. കവി അതിനാൽ ഒരു പഴയ ആളായിരുന്നു, ആധുനികനായിരുന്നു, ഉത്തരാധുനികനായിരുന്നു, ഫെമിനിസ്റ്റായിരുന്നു. ഭാവനയുടെ വ്യാജ പിരിയൽ അങ്ങനെ നമ്മുടെ കവിതയെക്കുറിച്ചുള്ള പഠനങ്ങളെ കണക്കറ്റ് സ്വാധീനിച്ചു, കണക്കറ്റ് സ്വാധീനിക്കുന്നു. എന്നാൽ, പിന്നീട് നമ്മുക്ക് വ്യക്തമാകുന്നത് ഇത് അങ്ങനെയല്ല എന്നാണ്. ഈ കവികൾ കൊണ്ടുവരുന്ന ലോകം, അല്ലെങ്കിൽ നിർമ്മിക്കുന്ന സ്ഥലം പുതിയതായ ഈ പൊതു ഇടം ആണെന്നും, അവിടെ അതുവരേയും പിന്നീടും നടക്കുന്നത് കവിതയുടെ പുനർജന്മം ആണെന്നുമായിരുന്നു. തീർച്ചയായും, ഇത്, മലയാളത്തിൽ വേണ്ടത്ര വിശദീകരിക്കപ്പെട്ട ഒരു സംഗതിയല്ല. അനുവാചകരെ ഒരു ഭൂത(PAST)കാലത്തിന്റെ സ്മരണയിൽ നിർത്തുന്ന എന്തെങ്കിലും ഈ പുനർജന്മ വിശ്വാസത്തിൽ സംഭവിക്കുന്നുണ്ടാകുമോ, കവി എന്ന നിലയിലും കവിത വായിക്കുന്ന ആൾ എന്നനിലയിലും ഈ പൊതു ഇടം നമ്മുടെ ഭാവനയുടെത്തന്നെ ഒരു പ്രത്യേക സമയം എന്ന് അടയാളപ്പെടുത്താൻ പറ്റുമോ. എനിക്കു തോന്നുന്നത് നമ്മുടെ കവിതയുടെ കാവ്യനിരൂപണത്തിന്റെയും വാദപ്രതിവാദ സ്ഥലമായി ഈ ഘട്ടം എന്തായാലും മാറിയിട്ടുണ്ട് എന്നു തന്നെയാണ്.

ഡോണ മയൂരയുടെ കവിതകളിലെ ഏതെങ്കിലുമൊരു കവിതയെടുത്തു പരിശോധിക്കാനും അതിനോടുള്ള നമ്മുടെത്തന്നെ ഇഷ്ടാനിഷ്ടങ്ങളെ പിൻതുടർന്ന് നമ്മുടെയും അവരുടെയും ലോകത്തിലെ സന്ദർഭത്തെയും പറയാൻ പറ്റും : അതാണ് കവിതാ പഠനങ്ങളുടെ രീതി തന്നെ. ആധുനികമെന്നും ഉത്തരാധുനികമെന്നും ഫെമിനിസമെന്നും അത്തരമൊരു സന്ദർഭത്തെ സവിശേഷമാക്കുന്ന സമയത്തെപ്പറ്റിയും നമ്മുക്ക് പറയാൻ പറ്റും :അതാണ് വായനയുടെ രാഷ്ട്രീയം തന്നെ. എന്നാൽ ഇത് അപര്യാപ്തമാകുന്ന ചിലത്, തീർച്ചയായും, ചില

ജനിതക ചേരലുകളോടെ ഈ പുനർജന്മങ്ങളാൽ സംഭവിക്കുന്നു. കവിത അതിന്റെ സ്വന്തം സന്തോഷം പോലെ , നേരത്തെ പറഞ്ഞ പൊതു ഇടത്തിൽ അതിന്റെ തന്നെ സ്ഥലവും/സമയവും കണ്ടു പിടിച്ചിരിക്കുന്നു. ടെലിവിഷനിലെ ഒരു പരസ്യത്തെപ്പറ്റി ഞാൻ പറയാം :ഒരു വിവാഹ ബ്യൂറോയുടെ പരസ്യമാണത്. അച്ഛനും അമ്മയ്ക്കും മകനുമൊപ്പം അത്താഴം കഴിക്കുന്ന ഒരു വീടകം: ആണ് അതിലെ ഇന്റീരിയർ. മകന്റെ ഭാര്യ(മരുമകൾ) ഓഫീസിൽ നിന്നും എത്തിയിട്ടില്ല. സമയം വൈകിയിരിക്കുന്നു. അച്ഛൻ പറയുന്നത്, നിനക്കിപ്പോൾ ശമ്പളം കൂടിയിട്ടുണ്ടല്ലോ ഭാര്യയെ എന്തിനാണ് ജോലിക്ക് വിടുന്നത് എന്നാണ്, നിങ്ങൾക്ക് രണ്ടുപേർക്കും സുഖമായി കഴിയാൻ ഇത് ധാരാളമല്ലേ എന്നാണ്. മകൻ അച്ഛനും അമ്മയ്ക്കും ഭക്ഷണം വിളമ്പിക്കൊടുത്തു കൊണ്ടു തന്നെ അതിനു മറുപടിപറയുന്നത് അവൾ ജോലിക്ക് പോകുന്നത് പണം സമ്പാദിക്കാനല്ലാ, അവൾക്ക് ഇഷ്ടമാണ് അതു കൊണ്ട് ജോലിക്ക് പോകുന്നു എന്നാണ്. ഇത് നാം കേൾക്കുന്നത് മകന്റെ ഭാര്യയെ(മരുമകളെ) അതേ ഇന്റീരിയറിന്റെ മറവിൽ കണ്ടു കൊണ്ടാണ്. പെട്ടെന്നൊരു ഫ്ലാഷ്ബാക്കിൽ വിവാഹത്തിനു ശേഷവും ജോലിക്ക് പോകാൻ ഞാനിഷ്ടപ്പെടുന്നു എന്ന് അവൾ അവന് അവളുടെ ലാപ്പ്ടോപ്പിൽ മെസ്സെജ് അയക്കുന്നതും കാണുന്നു. അവൾ ആ അത്താഴ മേശയിലേക്ക് വരുമ്പോൾ വിവാഹ ബ്യൂറോയുടെ പരസ്യവും കേൾക്കുന്നു : നിങ്ങളുടെ ശരിയായ തുണയെ ഞങ്ങൾ കണ്ടു പിടിച്ചു തരുന്നു. എനിക്കത് ഇഷ്ടം തോന്നിയ പരസ്യമാണ്.പ്രധാനമായും അതിൽ കാണുന്ന ഇന്റീരിയർ പ്രകടിപ്പിക്കുന്ന പുനർജന്മങ്ങൾ കൊണ്ട്.പൊതു ഇടത്തിലെ സ്ത്രീ, ജോലി ചെയ്യുന്ന സ്ത്രീ, അവളുടെ സ്വത്വം (ധനസമ്പാദനത്തിലെ പങ്കാളിമാത്രമല്ല അവൾ) ആ ഇന്റീരിയർ പല ആളുകളായി പുനർജനിക്കുന്നു.ആ പരസ്യം കാണുന്നവരിലും അതിലെ കഥാപാത്രങ്ങളിലും അവരുടെ (പുറത്തെയും) ധർമ്മങ്ങളിലും ആ ഇന്റീരിയർ ബന്ധങ്ങളെയും പുതുക്കുന്നു, മാറ്റുന്നു. അവൾക്കിഷ്ടമാണ് അതുകൊണ്ട് അവൾ ജോലിക്ക് പോകുന്നത് എന്നു പറയുന്ന പരസ്യത്തിലെ സന്ദർഭം പോലെ ഒന്ന് ഞാൻ നേരത്തെ സൂചിപ്പിച്ച കവിത പൊതു ഇടത്തിൽ പുനർജന്മം നേടുന്നതിലും സംഭവിക്കുന്നു. നീല മൂങ്ങ എന്ന് തന്റെ കവിതക്ക് പേരിടുമ്പോൾ കവിതയുടെ തന്നെ ഒരു പുനർജന്മത്തിൽ ഡോണ മയൂരയും പങ്കു ചേരുന്നു.

കവിതയെ സംബന്ധിച്ച് പറയുകയാണെങ്കിൽ ഇതുവരേയും നാം കണ്ടുശീലിച്ച അകം (ഇന്റീരിയർ) മാറിയതൊ അല്ലെങ്കിൽ ആ അകം എന്താണെന്നു പറഞ്ഞിരുന്നതോ പൊതു ഇടത്തിലെ കാഴ്ച്ചകൾ

കൊണ്ടു കൂടിയായിരുന്നു. സംസ്കാരത്തിന്റെ ഒരു ഭാഗമായി എഴുത്ത് അതിന്റെ ഒരു ബന്ധത്തെ പറഞ്ഞ രീതി കൂടിയാണത്. എന്നാൽ ആ പൊതു ഇടത്തെ മറ്റൊരു രീതിയിൽ കാണുന്ന ഒരകം, ഒരേസമയം, അകവും പുറവും നിർമ്മിക്കുന്നുവെന്നാണ് ഈ പുനർജന്മങ്ങൾ കവിതക്ക് നൽകിയത്.ഒന്നിന്റെ തുടർച്ചയോ ഓർമ്മയോ അല്ല അത് അങ്ങനെയാണ് പുനർജന്മത്തെ നാം മനസ്സിലാക്കിയിട്ടുള്ളത്. മറിച്ച് മുൻപുണ്ടായിരുന്ന ഒന്നിനെ അതേ പടി നിർത്തിയും വരാനിരിക്കുന്ന ഒന്നിനെപ്പറ്റി പറയാതിരുന്നും ഈ പുനർജന്മം വർത്തമാനത്തെ (PRESENT) അവതരിപ്പിക്കുന്നു. രചനയിലെ സ്വകാര്യത: പരസ്യമായിത്തന്നെ ആ പ്രവൃത്തി അവതരിപ്പിക്കുന്നു. നീല മൂങ്ങ, അതുകൊണ്ടാണ് ഒരു സങ്കല്പത്തിലുപരി അവതരണമാകുന്നത്. അറിഞ്ഞതിന്റെയും കണ്ടതിന്റെയും എന്നപോലെ അറിയുന്നതിന്റെയും കാണുന്നതിന്റെയും.

വാസ്തവത്തിൽ, എൺപതുകളുടെ തുടർച്ചയായി നമ്മുടെ സ്ത്രീപക്ഷ കവിതകൾ അതിന്റെ പ്രകടമായ സ്വത്വത്തെ നീതീകരിച്ചത് ഏകപക്ഷീയമായായിരുന്നു എന്ന് തോന്നും: എഴുത്തിലെ ലിംഗനീതിയെ ഉള്ളടക്കമാക്കിക്കൊണ്ട് അത് സ്ത്രീപക്ഷ കവിതകളുടെ സാമാന്യ സ്വഭാവത്തെ പ്രകടിപ്പിച്ചു. അതിന്റെയും രൂപപരമായ അന്വേഷണങ്ങൾ അക്കാലത്തെ പൊതു കവിതയുടെ ചട്ടക്കൂട്ടിൽത്തന്നെ നിന്നു.എന്നാൽ, കഴിഞ്ഞ ചില വർഷങ്ങളിൽ ഈ എഴുത്ത് മറ്റൊരു രീതിയിലാണ് ഓർമ്മിക്കപ്പെട്ടത്. വ്യവസ്ഥാപിതമായ കലഹം എന്ന് അക്കാലത്തെ കവിതയെ, ആ ഓർമ്മയെ, നിലനിർത്തിക്കൊണ്ട് നമ്മുടെ കവിതയിലും മറ്റൊരു പൊതു ഇടം ഇടപെടുകയായിരുന്നു: പൊതു ഇടത്തെ അസംഖ്യം എഴുത്തുകാർ (കവികൾ) ഒരു പൊതു ഭാവനയിൽ ചിതറുന്ന ഒറ്റ ഒറ്റ ദ്വീപുകൾ പോലെ പ്രത്യക്ഷപ്പെട്ടു. അവരുടെ കവിതകൾ വീണ്ടും അവരുടെ തന്നെ കവിതയുടെ തുടർച്ചയോ ഓർമ്മയോ അല്ലെന്നു വന്നു. നമ്മുടെ (കവിതയുടെയും) സിവിൽ ജീവിതത്തിന്റെ പ്രതിഫലനം, അല്ലെങ്കിൽ പ്രവർത്തന സ്ഥലം എന്ന് അതുവരെയും കണ്ടിരുന്ന ഭാവനയുടെ തന്നെ നാമകരണത്തെ ഇത് ചിതറിച്ചു. ഡോണ മയൂരയുടെ കവിതകൾ അത്തരമൊരു സ്ഥലത്തെ കവിതയാണെന്ന് പറയാൻ പറ്റും.പൊതുവെ, ഈ കവിതകളെപ്പറ്റി സമകാലികതയുമായി ബന്ധപ്പെടുന്ന കൃത്യമായ ഒരു സ്വഭാവം പറഞ്ഞ് പറയുകവയ്യ: സ്ത്രീപക്ഷ എഴുത്തിന്റെ ഒരു പ്രധാന ലക്ഷണമായിരുന്നു, അത്. ഇതിവൃത്തപരമായ ഒരു തുടർച്ചയേക്കാളുപരി അത്

കവിതയോടു തന്നെയുള്ള പൊതുസമീപനമായിരുന്നു. സൗന്ദര്യപരമായ ഒരുവിവരണം, അങ്ങനെ, അതിനെപ്പറ്റി, സാധ്യവുമായിരുന്നു. എഴുത്തിലെ, എഴുത്തിന്റെ തന്നെ സ്വഭാവവൽകരണം അങ്ങനെ പ്രകടിപ്പിക്കാമായിരുന്നു. ഇത് ഡോണ മയൂരയുടെ (അവരുടെ തലമുറയിലെ പലരിലും) കവിതയിൽ തെറ്റുന്നു :ഭാഷയുടെ ഉപയോഗം എന്ന് സ്വന്തം മനോരാജ്യത്തെ (മാനസിക ജീവിതം?) വിവരിക്കുക എന്ന ഗൗരതരമല്ലാത്ത ഒരുപ്രവൃത്തിയായാണ് ഇവരിൽ കവിത എന്ന് നമുക്ക് പറയാൻ പറ്റും. അങ്ങനെയാണ് ഈ കവിതകളും ഞാനിപ്പോൾ വായിക്കുന്നത്.

എന്തുകൊണ്ടാണ് കവിത ഗൗരവതരമായ ഒരു പ്രവൃത്തി എന്നു തോന്നാത്തത്?

കാരണം, ഈ കവിയും (മറ്റു പല സമകാലിക കവികളെയും പോലെ) അതുവരെയും നില നിന്ന കവിതയുടെയും എഴുത്തിന്റെയും ഏതെങ്കിലുമൊരു സ്വഭാവവൽകരണത്തെ അനുകൂലിക്കുന്നില്ല എന്നതു തന്നെ. ഇതിവൃത്തത്തെ അകത്തു നിന്നും പുറത്തു നിന്നും ചെറുക്കുന്നു. ഇതിവൃത്തത്തിന്റെ പ്രഖ്യാപിത(രാഷ്ട്രീയ) അനുഭവമാതൃകകളെ ചെറുക്കുന്നു. പൊതുവായ എന്തിനെയും ഒരവകാശം പോലെ ഉപേക്ഷിക്കുന്നു. അതിനാൽ തന്നെ, നമ്മുടെ ഇഷ്ടാനിഷ്ടങ്ങളുടെയും ഒരു പൊതു ഇടം ഈ കവിതകളുടെ ലോകത്ത് സജീവമാകുന്നു.നേരത്തെ പറഞ്ഞ പരസ്യ ചിത്രത്തിലെന്ന പോലെ ഇത് കവിതയുടെ അകത്തെ സദാ സംസാരവിഷയമാക്കുന്നു. സ്വന്തം മനോരാജ്യത്തെ പരസ്യമായി പിന്തുണക്കുന്നു. ഇതൊക്കെക്കൊണ്ടു കൂടി ഈ ചെറുകുറിപ്പ്, ഡോണ മയൂരയുടെ കവിതകളുടെ പല ലോകങ്ങളിൽ ചെന്നു വിവരണമാകുന്നതിനു പകരം, പൊതു ഇടത്തിലെ പുനർജന്മങ്ങൾ മാത്രം ഇപ്പോൾ പറയുന്നു. കവിത സംസാരവിഷയമാകട്ടെ!.

ചെകിളപ്പൂക്കളിലെ അവസാന ജലശില്പം

ഡോ.സി.ആർ. പ്രസാദ്

ഓർമ്മകളുടെയും വിഭ്രമത്തിന്റെയും വരകളും കുറികളുംകൊണ്ട് ജീവിതക്കാഴ്ചയുണ്ടാക്കാൻ ശ്രമിക്കുന്ന കാലിഡോസ്കോപ്പ്കവിതകളാണ് ഡോണ മയൂരയുടേത്. കവിതയുടെ ആശയലോകമോ അനുഭവലോകമോ വരികളുടെ നേർരേഖാസഞ്ചാരത്തിലൂടെ തനിയെവിടർന്നുവരുന്നില്ല. ഡോണയുടെ രചനകൾ, നേരിട്ടുള്ള വായനയിലൂടെ വരാവുന്ന അനുഭവങ്ങളെ ആട്ടിപ്പായിക്കുന്നതായുള്ള തോന്നലാണുണ്ടാക്കുന്നത്. ഇത് കവിതയുടെ ന്യൂനതയായി സമാന്യ വായനക്കാർക്കു തോന്നാം. കവിതയുടെ വരികൾ വളഞ്ഞവഴികളാവരുതെന്ന് കരുതുന്നവർക്കായി ഡോണ ഒന്നും കരുതിവെച്ചിട്ടില്ല. വായനയിൽ ചിലക്കാഴ്ചകളും പരസ്പര ബന്ധമില്ലെന്നു തോന്നാവുന്ന അനുഭവങ്ങളും കുറിച്ചിടുകമാത്രമാണ് ഡോണയുടെ ഭൂരിപക്ഷം രചനകളും. അവിടെനിന്നും വായനക്കാർകൂടി സ്രഷ്ടാക്കളാകുമ്പോഴേ ഡോണയുടെ രചനകൾ കവിതയുടെ വിതാനത്തിലേക്ക് എത്തിച്ചേരുകയുള്ളൂ. അതുകൊണ്ടാണ് കാലിഡോസ്കോപ്പ് എന്ന രൂപകം ഡോണയുടെ കവിതകളെ പരിചയപ്പെടുത്താൻ ആദ്യമുപയോഗിച്ചത്.

ഇത്തരമൊരാഖ്യാനത്തിനുകാരണം പുതിയതലമുറ നിരന്തരം ഏറ്റുമുട്ടുന്ന സൈബർ ലോകത്തിന്റെ വിഭ്രമമാണ്. ജീവിതത്തിന്റെ നേർരേഖാസഞ്ചാരവും കാര്യകാരണബന്ധത്തിന്റെ സ്ഥാലീപുലാകന്യായവും അളവുകോലാകുന്ന പാരമ്പര്യവയാനാരീതിക്ക് ഇതു

കല്ലുകടിയായി തോന്നാം. ഇന്നേവരെയുള്ള തലമുറകളനുഭവിക്കാത്ത കല്ലുകടികളാണ് പുതിയതലമുറ അനുഭവിക്കുന്നത്. അതിന്റെ യാഥാർത്ഥ്യം ആവിഷ്കരിക്കുമ്പോൾ വായനയിൽ കല്ലുകടിയുണ്ടായെങ്കിൽ അത് കവിതയുടെ വിജയമായിതിരിച്ചറിയണം.

യാഥാർത്ഥ്യത്തിനും സ്വപ്നത്തിനുമിടയിലുള്ള അനുഭവലോകത്തെക്കുറിച്ചു നിരന്തരമെഴുതുന്നതിൽ ഡോണ ശ്രദ്ധയൂന്നുന്നു. ഇതിനുള്ള കാരണമന്വേഷിക്കുമ്പോൾ വർത്തമാനതലമുറയുടെ ജീവിത സാഹചര്യവും നിലനിൽപ്പും കാലൂന്നിനിൽക്കുന്ന ദേശകാലബോധത്തെക്കുറിച്ച് പറയേണ്ടതായിവരും. ദേശവും വീടും ഉണ്ടെന്നോ ഇല്ലെന്നോ പറയാവുന്ന സന്ദിഗ്ദ്ധാവസ്ഥയിൽ ജീവിതം ചിട്ടപ്പെടുത്തുന്നവർക്ക് യാഥാർത്ഥ്യത്തെയും സ്വപ്നത്തെയും വേർതിരിക്കുന്ന അതിർവരമ്പ് അന്യമാകുന്നു. സൈബർ ഇടത്തിന്റെ നിയന്ത്രണം ജീവിതവ്യവഹാരത്തെയാകമാനം ചിട്ടപ്പെടുത്തുമ്പോൾ ജീവിതം എപ്പോൾ വേണമെങ്കിലും സൃഷ്ടിക്കാവുന്നതും ഡിലീറ്റ് ചെയ്യാവുന്നതുമായ വ്യവഹാരമാകുന്നു. ഇവിടെ വീട് ദേശം എന്നീസ്ഥായീസങ്കല്പങ്ങളാണ് തിരുത്തപ്പെടുന്നത്.

വീടിനുപിന്നിൽ തൊടിയില്ലാത്തതിനാൽ
തെരുവുകളിൽ നടക്കനിറങ്ങുന്ന
വീടിന്റെ ഭാഷയില്ലാത്തതിനാൽ
ദേശമില്ലാതെ അലയുന്ന
വീടിനുള്ളിൽ വാക്കില്ലാത്തതിനാൽ
അക്ഷരങ്ങൾ വറ്റിപ്പോയ എന്നോട്
എന്നെഴുതി അയച്ചതിനുപിന്നാലെ
ഒരു ഈമെയിൽ അക്കൗണ്ട്
ഡെലീറ്റ് ചെയ്യുമ്പോലെ
ആ സങ്കടം ഡെലീറ്റ് ചെയ്തു.
(ഒരു സ്വപ്നം ഡെലീറ്റ് ചെയ്യുന്നു.)

ദേശത്തെയും ബന്ധത്തെയും ഉറപ്പിക്കുന്ന വീട് എന്ന സങ്കല്പം ഡോണയുടെ രചനകളെയെല്ലാം നിർണ്ണയിക്കുന്ന കേന്ദ്രശക്തിയാകുന്നുണ്ട്. വ്യക്തികളെ സമൂഹമാക്കിമാറ്റുന്നതിനു സഹായിക്കുന്ന രണ്ടു ഘടകങ്ങളാണ് ദേശവും ഭാഷയും. പരസ്പരാശ്രിതമായിനിൽക്കുന്ന ഈ രണ്ടു ഘടകങ്ങളെയും ബന്ധിപ്പിക്കുന്ന രൂപകമാണ് വീടെന്നു പറയാം. ഒരാളുടെ വിലാസത്തിലെ വീട്, ദേശം എന്നീസൂചനകൾ

വ്യക്തികൾക്ക് വീടും ദേശവുമായുള്ള ബന്ധത്തെ നിർണ്ണയിച്ച ഘടകങ്ങളാണ്. എന്നാൽ ഈ വിലാസത്തിൽ നിന്നും ഈമെയ്ൽ വിലാസത്തിലേക്കുള്ള മാറ്റം ദേശം, വീട്, ഭാഷ എന്നിവയുടെ തിരസ്കാരത്തിലേക്കാണ് വഴിയൊരിക്കിയത്. വീട് ദേശത്തിന്റെ പ്രതിനിധാനമാകുമ്പോൾ അതിനുള്ളിൽ ജീവിക്കുന്നവരെ തമ്മിൽ ബന്ധിപ്പിക്കുന്നചരട് അവർ തമ്മിലുള്ള സംവാദത്തിനുകാരണമാകു ന്ന ഭാഷയാകുന്നു. ഇത്തരം സാഹചര്യങ്ങളെയൊക്കയൊഴിവാക്കി യുള്ള ജീവിതത്തിന്റെ അമ്പരപ്പ് ഡോണയുടെ കവിതകളിലെല്ലാം തന്നെ വിയാച്ചെട്ടുക്കാൻ കഴിയുന്നുണ്ട്

ഐഫോണിലെ
ചിത്രത്തിൽ നിന്നിറങ്ങി
ഓഫീസിലെത്തുമ്പോൾ
കമ്പ്യൂട്ടർ സ്ക്രീനിൽ
കാത്തിരിക്കുന്നു
മറ്റൊരു ചിത്രമായ്

അവധിക്കപേക്ഷിച്ച്
സ്ക്രീനിൽ നിന്നും
കൈയോടെ വലിച്ചിറക്ക്
വീട്ടിലേക്കെത്തുമ്പോൾ(നിനവ്)

കവിയുടെ സ്ഥലകാലസങ്കൽപങ്ങളിലെ വ്യത്യാസമാണ് ഇവിടെ ശ്രദ്ധിക്കേണ്ടത്. മനുഷ്യാനുഭവത്തിന്റെ രേഖീയക്രമത്തെ തീരുമാനിച്ചിരുന്നതും നിർവചിച്ചിരുന്നതുമായ സ്ഥലകാലബോധത്തിൽ തിരുത്തലുകൾ വന്നിരിക്കുന്നു. എങ്ങോട്ടേയ്ക്കും എപ്പോഴും മാറാവുന്ന സാധ്യത തരുന്ന സൈബറിടം നിലവിലുണ്ടായിരുന്ന മനുഷ്യസങ്കല്പങ്ങൾക്കെല്ലാം കബറിടമായിമാരിയിരിക്കുന്നു. ജീവിത്തതിന്റെ യഥാർത്ഥ്യങ്ങളോട് എതിരിട്ടു ജീവിക്കുന്നവരിൽ ഇതുണ്ടാക്കുന്ന സംത്രാസമുണ്ട്. ഡോണയുടെ കവിതകളിൽ ശക്തമായിരിക്കുന്നത് ഈ സംത്രാസമാണ്.

ഭൂപടത്തിനായി ദിക്കിലും ജലത്തിനും ഭ്രമിച്ച് എന്ന കവിതയിലും ദേശാന്വേഷണമാണ് വരുന്നത് കപ്പൽച്ചേതത്തിൽപെട്ടയാൾ സാങ്കൽപികലോകത്തുനിന്നും കരയിലേക്കുള്ള വഴികണ്ടെത്താൽ

ശ്രമിക്കാമെന്ന പറയുന്നിടത്ത് യാഥാർത്ഥ്യത്തിന്റെയും സങ്കൽപ്പത്തിന്റെയും കൂടിക്കലരലാണ് സംഭവിക്കുന്നത്. പക്ഷികളെയും മരങ്ങളെയും കടലാസ്സാക്കിമാറ്റുന്ന കാലത്ത് നഷ്ടപ്പെട്ടുപോകുന്നതും ഇതേ യാഥാർത്ഥ്യബോധമാണ്. ഉയരത്തിലേക്ക് പറന്ന് ഭൂമിയുടെ വിശാലക്കാഴ്ചകാണുന്നതിനുള്ള ഉപകരണമാണ് ചിറകുകളെങ്കിലും മനസ്സിൽ നിന്നും ആ ചിറകു നഷ്ടപ്പെട്ടുപോയ തലമുറയുടെ മുന്നിൽ കാലം കുട്ടികളായിമാറുന്നു എന്നാണ് ഡോണ എഴുതുന്നത്. ഒൻപതാം സ്വർഗത്തിൽ നിന്നോട് പറയാൻ കരുതിവെച്ചിരുന്നതിൽ നിന്ന് ഒരു വാക്ക് വഴിയിൽ വീണുപോകുന്നതിനെക്കുറിച്ച് ഡോണ എഴുതുന്നുണ്ട്. നമ്മുടെ കൈയിൽ അക്ഷരങ്ങളൊന്നുമില്ലാതെ, കൈയും ഉടലും നഷ്ടപ്പെട്ട് നമ്മളപ്പോൾ ഒമ്പതാം സ്വർഗത്തിലായിരുന്നു എന്നും ഡോണ കൂട്ടിച്ചേർക്കുന്നു. *നീയല്ലാതെ മറ്റാരാണ്* എന്ന കവിതയിൽ ചിരിയെക്കുറിച്ചു പറയുമ്പോഴും ബന്ധത്തെപിടിച്ചുനിർത്തുന്ന ചിരിയുടെ സാന്നിധ്യത്തെക്കുറിച്ചാണ് ഓർമ്മപ്പെടുത്തുന്നത്. *നീ ആരാണെന്നു ചോദിച്ചാൽ* എന്ന കവിതയിലും ഓരോ വാക്കും തിരിച്ചുംമറിച്ചുമിട്ട് ഓർമ്മയെക്കൊണ്ട് തിരയിക്കുന്നതിനെക്കുറിച്ചു പറയുന്നുണ്ട്. ഇത് ചെന്നെത്തുന്നത് ഓരോരുത്തരും അവരവരെത്തന്നെ കൊത്തിയൊരുക്കുന്നതിലേക്കാണ്.

ഓരോരുത്തരും അവരുടെ
ഏകാന്തത അവരെ
ഒറ്റ എന്നതിന്റെ ആഴത്തിൽ
അത്ര ഉയരത്തിൽ
സർപ്പമായോ ശില്പിയായോ
കൊത്തിവെയ്ക്കുന്നതും
കാത്തിരിക്കുന്നു.

ഉണങ്ങാത്ത ഭയത്തിന്റെ നിഴലിൽ ആരും കൊല്ലാതെ തന്നെ തനിയെഭയത്തോടെ ചത്തുപോകുന്നതിനെക്കുറിച്ച് പറയുന്നരചനയാണ്. ഭയം രക്ഷപ്പെടലല്ല ആത്മഹത്യതന്നെയാണെന്നറിയാമെങ്കിലും അതിൽനിന്നും രക്ഷയില്ലാത്തതിന്റെ വെപ്രാളമാണ് ഈ രചനയിൽ തെളിയുന്നത്.

പളനിക്ക് കടലമ്മകൊടുത്ത കൊമ്പൻസ്രാവു പോലെയാണു പ്രവാസം എന്ന് പ്രവാസത്തെ നിർവചിക്കാൻ ശ്രമിക്കുന്ന ഒരു ചെറിയകവിതയുണ്ട് ഈ സമാഹാരത്തിൽ. സ്വന്തം ജീവിതത്തിൽ

നിൽക്കുമ്പോൾ പോലും പ്രവാസിയുടെ ഒറ്റപ്പെടലനുഭവിക്കേണ്ടി വരുന്ന തലമുറയുടെ ആത്മാവിഷ്ക്കാരമാണ് ഈ കവിത. ഡോണ പറയാൻ ശ്രമിക്കുന്നതെല്ലാം തന്നെ ഇതിലുണ്ടെന്നു വിശ്വസിക്കാം. പളനിക്ക് ആ സ്രാവിനെക്കൊണ്ട് ഇനിപ്രയോജനമില്ല. വേട്ടയാടിപ്പിടിച്ചതിനെക്കൊണ്ട് തനിക്കു പ്രയോജനമില്ലാതെ, മറ്റുള്ളവരുടെ പഴങ്കഥയാകാൻ മാത്രം വിധിയുള്ള പ്രവാസിയുടെ ജീവിതത്തിന്റെ പ്രതീകമാകാൻ ഡോണി സ്വീകരിച്ചത് മലയാളിയുടെ മിത്തായിത്തീർന്നുവെന്നു കരുതാവുന്ന പളനിയെയും സ്രാവിനെയുമാണ്.

ഓർമ്മയുടെയും ആയുധത്തിന്റെയും യുദ്ധത്തിന്റെയും സമയത്തിന്റെയും ഭയത്തിന്റെയും സാധ്യതകൾകൊണ്ട് ഡോണ നിരന്തരം കവിതയെഴുതുകയാണ്. സ്നേഹമെന്ന വാക്കിൽപോലും ഒറ്റയാനെ കാണുന്നതിലും (ഇടമുറിയാതെ), ഏകാന്തത ഹിമമൂങ്ങയെപ്പോലെ വേട്ടയാടുന്നതായി തോന്നുന്നതിലും (ഹിമമൂങ്ങയെപ്പോലെ), പൂച്ചകളെന്നു കരുതി അടുപ്പിച്ചു നിർത്തുന്നത് വരകളുനങ്ങാനിട്ട് നടക്കുന്ന ആൺപുലികളെയും പെൺപുലികളെയുമാണെന്ന തിരിച്ചറിവിലും (ഉണങ്ങാത്ത ഭയത്തിന്റെ നിഴലിൽ) ഈ സാധ്യതകളാണുള്ളത്. കടൽ നഷ്ടപ്പെടുമ്പോൾ ചെകിളപ്പൂക്കളിലെ അവസാനജലകണം കൊണ്ട് പണിത ശിൽപത്തെ കടലായിക്കാണുവാനുള്ള ശ്രമം നടത്തുന്ന ഒരു എഴുത്തുകാരിയെയാണ് ഡോണയുടെ ഈ സാമാഹാരത്തിൽ പരിചയപ്പെടാൻ കഴിയുന്നത്.

പുതിയതലമുറയുടെ അനുഭവാവിഷ്ക്കാരമായി ഡോണയുടെ കവിതകൾ മാറുന്നു. അനുഭവിക്കുന്ന ജീവിതത്തെ പകർത്തുന്നതിന് കവിതയുടെ ആഖ്യാനരീതിയിൽ പുതിയ സമീപനം വേണമെന്ന് ഡോണ ചിന്തിച്ചിട്ടുണ്ടോ എന്നറിയില്ല. അറിഞ്ഞോ അറിയാതെയോ. കവിതയുടെ ആഖ്യാനത്തെ സൈബർജീവിതത്തിന്റെ സ്വഭാവസവിശേഷതകളോട് സംവദിക്കാൻപറ്റുന്ന ഒന്നാക്കി മാറ്റാൻ ഈ എഴുത്തുകാരിക്കു കഴിഞ്ഞിട്ടുണ്ട്. പുതിയതലമുറയിൽ ഡോണമയൂരയെ വ്യത്യസ്തയാക്കിത്തീർക്കുന്നത് കവിതയുടെ ഈ സവിശേഷതയാണ്.

www.ingramcontent.com/pod-product-compliance
Lightning Source LLC
LaVergne TN
LVHW062033051026
849518LV00013B/976
* 9 7 8 8 1 9 4 3 5 7 4 3 8 *